NÝJA KJÚLINGBÍBLUMAÐRABÓKIN

100 ljúffengar kjúklingauppskriftir fyrir auðvelda kvöldverð, braises, vængi sem þú munt elska

Ingunn Árnadóttir

Allur réttur áskilinn.

Fyrirvari

Upplýsingunum sem er að finna í þessari rafbók er ætlað að þjóna sem alhliða safn aðferða sem höfundur þessarar rafbókar hefur rannsakað. Samantektir, aðferðir, ábendingar og brellur eru einungis mælt með af höfundi og lestur þessarar rafbókar mun ekki tryggja að niðurstöður manns muni nákvæmlega endurspegla niðurstöður höfundar. Höfundur rafbókarinnar hefur lagt allt kapp á að veita lesendum rafbókarinnar núverandi og nákvæmar upplýsingar. Höfundur og félagar hans munu ekki bera ábyrgð á óviljandi villu eða vanrækslu sem kunna að finnast. Efnið í rafbókinni getur innihaldið upplýsingar frá þriðja aðila. Efni frá þriðja aðila samanstanda af skoðunum frá eigendum þeirra. Sem slíkur tekur höfundur rafbókarinnar ekki ábyrgð eða ábyrgð á efni eða skoðunum þriðja aðila. Hvort sem það er vegna framfara internetsins, eða ófyrirséðra breytinga á stefnu fyrirtækisins og leiðbeiningum um ritstjórn, getur það sem fram kemur sem staðreynd þegar þetta er skrifað orðið úrelt eða óviðeigandi síðar.

Rafbókin er höfundarrétt © 202 2 með öllum rétti áskilinn. Það er ólöglegt að endurdreifa, afrita eða búa til afleitt verk úr þessari rafbók í heild eða að hluta. Enga hluta þessarar skýrslu má afrita eða endursenda á nokkurn hátt afrita eða endursenda á nokkurn hátt án skriflegs og undirritaðs leyfis höfundar.

EFNISYFIRLIT

EFNISYFIRLIT 3
KJÚKLINGUR 8
   1. Jamaíka Grillaður Jerk Kjúklingur 9
   2. Heslihnetukjúklingur að hætti Jamaíka 11
   3. Karabískan Jerk Kjúklingasalat umbúðir 14
   4. Jamaíkanskt Kjúklingasalat 17
   5. Kúrbítspasta með kjúklingi og spergilkáli 19
   6. Kolvetnasnautt Kjúklingakarrí 22
   7. Kjúklingur 25
   8. Pan Jamaican Jerk Chicken 28
   9. Asískur Kjúklingur 31
GRILLUR KJÚKLINGUR 34
   10. Pricot Kjúklingur á teini 35
   11. Indónesískur Kjúklingur 38
   12. Asísk grillönd 41
   13. Kjúklingabringur í jógúrt 44
   14. Grískur kryddaður grillaður Kalkúnn 47
   15. Tandoori Kjúklingagrill 49
   16. Grillaður Chili Kjúklingur 52
   17. BBQ Kjúklingur og Andouille hass 56
   18. Balsamic gljáður Kjúklingur 59
   19. Bourbon grillkjúklingur 62
   20. Grillaðir chile vængir 65
   21. Heitir grillaðir Kjúklingavængir 67
   22. Hvítpipraðir Kjúklingavængir 69
   23. Beikongrillfugl 72
   24. Grilluð Cajun kalkúnalund 74

25. BBQ Cornish game hænur 76
26. Karrígrillaður kjúklingur 78
27. Grillaður möndlukjúklingur 80
28. Grillaður kjúklingur og grænmeti 83
29. Karrí kókos grillaður kjúklingur 86
30. Grillið kjúklingur með Havana sósu 88
31. Brenndur sítrónujurtakjúklingur 91
32. Kjúklingur Pintxo 94

KJÚKLINGASÚPA 96

33. Kjúklinga- og kínóasúpa 97
34. Ostbauna- og kjúklingasúpa 100
35. Kjúklinga- og grænmetissúpa 103
36. Bauna- og Chorizo-pottréttur 105
37. Kjúklingur Pho 108
38. Bjórlagaður kjúklingur 112
39. Cajun djúpsteiktur kalkúnn 114
40. Kjúklingur í teppi 117
41. Smjörmjólkursteiktur kjúklingur 120
42. Brasilískar kjúklingakrókettar 122
43. Djúpsteiktar sítrónukornhænur 125
44. Hvítlaukskjúklingur golfboltar 127
45. Gullmolar 129
46. Stökkur rjómalagður vaktill 131
47. Sítrónu kjúklingastrimlar 134
48. Perth djúpsteiktir vængir 137
49. Kryddsteiktar gobbler ræmur 139
50. Kryddaður kalkúnn hrærður 142
51. Turkey Squash Scramble 145
52. Air Fryer Möndlukjúklingur 147
53. Loftsteikingarvél Caprese fylltur kjúklingur 149

54. Air Fryer Chimichangas Kjúklingur 152
55. Blackberry Chipotle Kjúklingavængir 155

KJÚKLINGASALAT 158

56. Kjúklingasalat í Salatbollum 159
57. Tyrklandsfylltir Bátar 161
58. Taco Salatbollar 164
59. Kínverskir Kjúklingasalatbollar 167

BAKAÐUR KJÚKLINGUR 170

60. Sólblómafræ Pestókjúklingur 171
61. Matarmikil Blómkálsgrjón Með Kjúklingi 174
62. Kjúklinga- og Sætkartöflubollur 177
63. Rjómabakaður Kjúklingur 180
64. Steiktur Kjúklingur og Tómatar 182
65. Sheet Pan Fajitas 185
66. Kjúklingakartöfluhas 188
67. Brenndur Balsamic Kjúklingur 191
68. Ólífu Kjúklingur 194
69. Kjúklinga- og Grænmetissauka 197
70. Kjúklingur, Grænmeti og Mangó 200
71. Margarítukjúklingur 203
72. Pad Thai Kjúklingur 206
73. Ananaskjúklingur 209
74. Basil Kalkúnn Með Ristuðum Tómötum 211
75. Einfaldur Kjúklingaparmesan 213
76. Kjúklingur Marsala 216
77. Hvítlauks Cheddar Kjúklingur 219
78. Kjúklingur Fettuccini Alfredo 222

KJÚKLINGAPOTTA 225

79. Kjúklingablómkálspotta 226

80. Kjúklinga- og grænmetispotta 229
81. Einföld kvöldmáltíðarpotta 232
82. Sveppir og kjúklinga risotto 234
83. Hnetukenndur kjúklingaréttur 237
84. Rjómalöguð kjúklinganúðlupott með einum potti 240
85. Grillaður kjúklingur 244
86. Sýrður rjómapottréttur 247

KJÚKLINGAKARRY 250

87. Kjúklingakókos karrý 251
88. Karríðar kalkúnabringur 254
89. Tælenskt grænt karrý 256
90. Kókos karrý núðlusúpa með kjúklingi 258
91. Tælensk kókoshnetusúpa 261
92. Víetnamskt kjúklingakarrí 264
93. Tælenskur kókos karrý kjúklingur 267
94. Lágkolvetna kjúklingakarrí 270

ÚFJA OG SAMKOMUR 273

95. Miðjarðarhafsvafning með kjúklingi 274
96. Kjúklinga Sushi hamborgari 277
97. Pólýnesískar kjúklingasamlokur 284
98. Tandoori kjúklingasamlokur 287
99. Waldorf kjúklingasamloka 290
100. Agúrka kjúklingapítusamlokur 292

NIÐURSTAÐA 294

KYNNING

Ef þú ert að leita að fljótlegum og auðveldum innblástur fyrir kvöldmat á viku, þá ertu kominn á réttan stað.   Þessi bók mun útbúa þig með 100 vinsælustu og uppáhalds auðveldu og fljótlegu kjúklingauppskriftunum í kvöldmatinn. Allt frá kjúklingakvöldverði á pönnu, yfir í kjúkling á pönnu, yfir í kjúkling með hægum eldavél, yfir í kjúkling í einum potti og hrísgrjón. Auk þess eru svo margar mismunandi bragðtegundir til að velja úr. Besti hlutinn? Þessar auðveldu kjúklingauppskriftir eru fullkomnar fyrir annasöm vikukvöld því þær eru fljótlegar og tilbúnar á um 45 mínútum eða minna.

SKÍKJA KJÚKLINGUR

1. Jamaíka Grillaður jerk kjúklingur

GERÐIR : 1 skammtur

HRÁEFNI

- 4 kjúklingabringur; (allt að 6)
- 1 krukka af JERK sósu

LEIÐBEININGAR:

a) Þvoið & Hreinsið kjúkling.

b) Hitið grillið.

c) Stráið kjúklinginn með JERK sósu í 20 mínútur

d) Grillið kjúklinginn í 6 mínútur á hvorri hlið eða þar til hann er eldaður.

e) Penslið Jerk-sósu eftir þörfum á kjúklinginn meðan á eldun stendur.

2. Heslihnetukjúklingur að hætti Jamaíka

GERIR : 2

HRÁEFNI

- 2 heilar kjúklingabringur skiptar
- Salt & pipar eftir smekk
- 6 aura af appelsínusafaþykkni þiðnað
- 1 lárviðarlauf
- Safi af litlum lime
- ½ bolli fínt saxaðar heslihnetur (ristaðar Oregon heslihnetur)

LEIÐBEININGAR:

a) Kryddið kjúklinginn með salti og pipar. Brúnið kjúkling á báðum hliðum á pönnu við meðalhita.

b) Dragðu niður í lágmark og bætið við ½ bolli af vatni, 1 tsk salti, ½ tsk pipar, appelsínusafa og lárviðarlaufi.

c) Látið suðuna koma upp, lokið og látið malla í 20 mínútur. Snúðu kjúklingnum einu sinni á meðan á eldun stendur. Fjarlægðu kjúklinginn og haltu honum heitum. Látið vökva sjóða við háan hita í 5 mínútur, hrærið stöðugt í.

d) Hrærið í lime safa; hita varlega.

e) Setjið kjúklinginn á borð, toppið með sósu og stráið hnetum yfir.

3. Caribbean Jerk Chicken Salat Wraps

UNDIRBÚNINGSTÍMI: 10 MÍN

Eldunartími: 10 MÍN

Afrakstur: 4

HRÁEFNI

- 2 kjúklingabringur skornar í litla bita
- 1 matskeið Kókosolía
- 8 Romaine fer
- 1 msk Jerk krydd
- 3 grænir laukar saxaðir
- 2 bollar hrásalatblanda
- 1/4 bolli ferskt kóríander saxað
- 1 lime skorið í 4 báta

FYRIR SÓSUNA:

- 1 6oz svo ljúffengt vanillukókosmjólkurjógúrt
- 1/2 tsk rykkrydd

LEIÐBEININGAR

a) Bætið kókosolíu, kjúklingi og kryddjurtum á stóra pönnu.

b) Eldið þar til það er ekki lengur bleikt.

c) Fylltu romaine lauf eins og þú myndir fylla taco skel með restinni af hráefninu.

d) Kreistið limesafa á hverja umbúðir.

e) Blandið sósu saman þar til hún hefur blandast vel saman. Dreypið sósu ofan á.

f) Njóttu!

4. Jamaíkanskt kjúklingasalat

GERIR : 4

UNDIRBÚNINGSTÍMI: 5 MÍNÚTUR

ELDUNARTÍMI: 30 MÍNÚTUR

HRÁEFNI

- 1 Lb. Beinlaus, roðlaus kjúklingabringa, (soðin og saxuð)
- 1/3 bolli majónes
- 2 sellerístilkar, (hakkað eða sneið)
- 2 eldristaðar rauðar paprikur, (saxaðar)
- 2 tsk Jamaican Jerk Krydd
- Salt/pipar eftir smekk

LEIÐBEININGAR

a) Blandið öllu hráefninu saman og geymið í loftþéttu íláti.

5. Kúrbítspasta með kjúklingi og brokkolí

GERIR 4

HRÁEFNI

- 3 1/2 bollar spergilkál, snyrt
- 4 matskeiðar ólífuolía
- Kosher salt
- Pipar eftir smekk
- 1 pund af kúrbítspasta, soðið
- 1/2 pund kjúklingabringur skornar í teninga
- 1/2 bolli rifinn parmesanostur
- 1 msk smjör
- 4 hrúgaðar matskeiðar ricotta

LEIÐBEININGAR

a) Forhitið ofninn í 425 °F

b) Setjið spergilkál í eldfast mót

c) Kasta spergilkál með 3 matskeiðar olíu, salti og pipar

d) Steikið í 15 mínútur eða þar til spergilkálið lítur út fyrir að vera stökkt, en ekki alveg brúnt

e) Bætið afgangnum af matskeiðum af olíu í stóra pönnu yfir miðlungsháum hita

f) Brúnið kjúklinginn, brjótið upp með gaffli þar til hann er eldaður, 5 til 7 mínútur

g) Snúðu hita í háan

h) Hrærið þar til vökvinn lítur út fyrir að vera fleytur og þykkur

i) Bætið kúrbítspasta, parmesanosti og smjöri á pönnuna

j) Kasta með töng þar til allt er jafnt dreift, bæta við meira vatni til að losa eftir þörfum

k) Skiptið í 4 skálar

l) Toppið með stökku spergilkáli, meira rifnum parmesanosti og ögn af ricotta osti

6. Kolvetnasnautt kjúklingakarrí

GERÐIR: 3

HEILDARTÍMI : 20-25 mínútur

HRÁEFNI

- 2 matskeiðar Kókosolía
- 5 tommu engifer
- 1 meðalstór grænn chili
- 2 litlir skallottarlaukar
- 2 hvítlauksgeirar
- 2 tsk túrmerikduft
- 1 stilkur sítrónugras
- 1/2 bolli Kókosmjólk
- 1/2 bolli Vatn
- 6 litlar kjúklingastangir
- 1/2 tsk salt
- 1 msk Cilantro, saxað

LEIÐBEININGAR

a) Maukið engifer, grænt chili , skalottlauka og hvítlauksgeira í stöpli og mortéli eða blandara.

b) Hitið kókosolíu á meðalháum hita og bætið muldu hráefnunum saman við . Kíkið í 3 mínútur.

c) Bætið við túrmerikdufti og möluðu sítrónugrasi.

d) Blandið kjúklingnum saman við.

e) Bætið við kókosmjólkinni og vatni. Kryddið með salti og látið malla í um 20 mínútur.

f) Berið fram með strái af Cilantro!

7. Kjúklingur kúrbítnúðlur

GERIR: 1

HEILDARTÍMI : 20 mínútur

HRÁEFNI

- 1/2 tsk karrýduft
- 5 únsur. Kjúklingalæri, skorið í bita e stærðir
- 1 matskeið Kókosolía
- 1 stilkur vorlaukur
- 1 hvítlauksgeiri
- 5 únsur. Kúrbít, spíralsett
- 1 tsk sojasósa
- 1/2 tsk ostrusósa
- 1/8 tsk hvítur pipar
- 1 tsk lime safi
- Rautt chili , saxað
- Salt og pipar eftir smekk

LEIÐBEININGAR

a) Byrjið á því að krydda kjúklinginn með karrýdufti og smá salti og pipar .

b) Blandið saman sojasósu, ostrusósu og hvítum pipar til að búa til sósuna.

c) Eldið kryddaðan kjúkling á pönnu með kókosolíu. Settu til hliðar í smá stund.

d) Notaðu sömu pönnu til að sauma vorlauk og saxaðan hvítlauk og bætið kúrbítnúðlum á pönnuna.

e) Hellið sósunni út í og blandið vel saman. Dragðu úr þar til aðeins lítið magn af vökva er eftir.

f) Hrærið bitunum af steiktum kjúklingi saman við.

g) Kreistið smá lime safa ofan á og skreytið með nokkrum söxuðum rauðum chili.

8. Pan Jamaican Jerk Chicken

Afrakstur: 4

HRÁEFNI

KRYDDINGAR

- 1 1/2 tsk erýtrítól
- 1 tsk salt
- 3/4 tsk malað pipar
- 1/2 tsk svartur pipar
- 1/2 tsk hvítlauksduft
- 1/2 tsk paprika
- 1/2 tsk þurrkuð steinselja
- 1/4 tsk þurrkuð timjanblöð
- 1/4 tsk malaður kanill
- 1/4 tsk malaður múskat

KJÚKLINGUR

- 4 beinbein kjúklingalæri með skinni
- 2 matskeiðar avókadóolía, fyrir pönnuna
- 1/4 bolli saxaður laukur
- 12 aura af hrísgrjónuðu blómkáli

- Limebátar, til framreiðslu

LEIÐBEININGAR

a) Forhitið ofninn í 375°F.

b) Í lítilli skál, þeytið saman hráefninu fyrir rykkryddið. Nuddaðu kryddblöndunni yfir allan kjúklinginn.

c) Hitið olíuna á stórri pönnu yfir miðlungs hita þar til hún ljómar. Setjið kjúklinginn með skinnhliðinni niður á pönnuna og eldið án þess að trufla í 4 mínútur, þar til hýðið er gullbrúnt. Snúið kjúklingnum við og eldið í 4 mínútur í viðbót.

d) Fjarlægðu kjúklinginn á disk og bætið lauknum á pönnuna.

e) Steikið þar til það er hálfgagnsætt, um 4 mínútur. Bætið hrísgrjónablómkálinu út í og eldið þar til það er aðeins mjúkt, aðrar 4 mínútur.

f) Setjið kjúklinginn aftur á pönnuna með skinnhliðinni upp og setjið pönnuna í ofninn.

g) Bakið í 20 mínútur, eða þar til kjúklingurinn nær innra hitastigi 165°F. Berið fram með limebátum.

9. Asískur kjúklingur

GERÐIR: 2

HEILDARTÍMI : 20 mínútur

HRÁEFNI

- 2 meðalstór beinlaus kjúklingalæri , skorin í bita
- 1 tsk malað engifer
- Salt og pipar eftir smekk
- 1/2 meðalstór grænn pipar , skorinn í teninga
- 2 stórir vorlaukar , saxaðir
- 4 rauð fuglsauga chili , fræhreinsuð

SÓSAN

- 1 matskeið sojasósa
- 2 matskeiðar Chi li li hvítlauksmauk
- 1 matskeið Tómatsósa
- 2 tsk sesamolía
- 1/2 tsk Maple extract
- 10 dropar af Liquid Stevia

LEIÐBEININGAR

a) Til að búa til sósuna : Bætið öllu hráefninu í stóra blöndunarskál og blandið vandlega saman.

b) Kryddið kjúklinginn með salti, pipar og möluðum engifer .

c) Hitið pönnu yfir meðalháan hita og bætið kjúklingnum út í þegar hann er orðinn mjög heitur. Eldið þar til kjúklingurinn er gullinbrúnn.

d) Þegar kjúklingurinn er brúnaður, bætið grænmetinu út í og haltu áfram að malla í nokkrar mínútur í viðbót.

e) Hellið sósunni á pönnuna og leyfið henni að minnka aðeins.

f) Berið fram með uppáhalds keto meðlæti.

GRILLAÐUR KJÚKLINGUR

10.   **Pricot kjúklingur á teini**

Afrakstur: 6 skammtar

HRÁEFNI

- 3 pund beinlausar kjúklingabringur, skornar í 4 tommu bita
- 2 hvítlauksrif, hakkað Salt og pipar eftir smekk
- 4 miðlungs s Laukur, smátt saxaður
- 2 matskeiðar Olía
- 1½ tsk kóríander
- ½ tsk kúmen
- 1½ tsk Heitt karrýduft
- 1 matskeið Púðursykur
- ½ bolli ferskur sítrónusafi
- 4 matskeiðar apríkósasulta
- 2 matskeiðar hveiti
- 30 Þurrkaðir apríkósuhelmingar
- 1 laukur, skorinn í 2 tommu ferninga
- 2 lárviðarlauf

LEIÐBEININGAR

a) Blandið kjúklingabitum, hvítlauk, salti og pipar í stórt fat; setja til hliðar. Steikið laukinn í olíu þar til hann er orðinn gullinn á hæfilegri pönnu. Hrærið kóríander, kúmeni og karrýdufti saman við.

b) Hrærið til að hjúpa laukinn, bætið síðan púðursykri, sítrónusafa og sultu út í. Bætið ½ bolla af vatni við. Látið suðuna koma upp, hrærið stöðugt í. Takið af hitanum. Þegar það er kalt, hellið yfir kjúklinginn. Bætið lárviðarlaufi út í og geymið í kæli yfir nótt. Daginn eftir er kjöt með lauk og apríkósum skorið á teini .

c) Grillið yfir kolum eða grillið í grillinu (7 mínútur á hvorri hlið). Á meðan kjöt grillast skaltu taka lárviðarlauf úr saltvatninu og setja í þungan pott. Látið suðuna koma upp.

11. Indónesískur kjúklingur

Afrakstur: 4 skammtar

HRÁEFNI

- 3 pund Griller kjúklingur
- 1 bolli Kecap
- 2 hvítlauksrif afhýdd og maukuð
- 2 matskeiðar ferskur lime safi
- ½ bolli Bráðið, ósaltað smjör
- ½ tsk Rifinn ferskt engifer
- 1 tsk Sambal oelek
- 1 pakki Kroepoek oedang
- Maíssterkju til að þykkna saltvatn fyrir sósu
- Sæt sojasósa.
- Heit piparsósa.
- Rækjupuffs.

LEIÐBEININGAR

a) Skerið kjúklinginn í 8 bita. Blandið hinum hráefnunum saman nema rækjur. Bæta við kjúklingabitum; blanda til að húða.

b) Marinerið í 2 klukkustundir við stofuhita, hrærið af og til. Takið kjúklingabitana úr saltvatninu

c) Steikið, afhjúpað, við 400 F. í 35 til 40 mínútur eða þar til það er tilbúið, bastið eftir þörfum. Ef brúnast of fljótt skaltu hylja með álpappír.

d) Hitið frátekið saltvatn með maíssterkju þar til það þykknar og berið fram sem sósu ef vill. Berið fram með rækju Puffs til hliðar. Fyrir þetta skaltu einfaldlega djúpsteikja í heitri fitu eða olíu og tæma strax á pappírshandklæði. Flögurnar blása upp um leið og þær lenda í fitunni.

12. **Asísk grilluð önd**

Afrakstur: 6 Skammtar

HRÁEFNI

- 2 endur (5 lb. hver)
- 6 aura plómusulta
- 1 bolli Papaya safi
- ½ bolli hrísgrjónavínsedik
- ¼ bolli sojasósa
- 2 tommu engifer
- 4 matskeiðar basil
- 4 hvítlauksgeirar, skornir í teninga
- ½ laukur, hægeldaður
- 1 Jalapeno pipar, fræhreinsaður

LEIÐBEININGAR

a) Stungið öndunum í gegn með gaffli. Setjið í gufubað með um 1" af vatni. Látið suðuna koma upp. Lækkið hitann að suðu og lokið.

b) Látið malla í 50 til 60 mínútur. Skerið endurnar í skammtastærða bita.

c) Blandið restinni af hráefnunum saman í matvinnsluvél. Setjið andabitana í flatt glerofnmót og hellið saltvatninu yfir.

d) Látið andabitana marinerast í 1 klukkustund, snúið einu sinni á meðan. Tilbúið grillið - það er EKKI tilbúið fyrr en ÖLL kolin eru komin með þykka, jafna húð af grári ösku.

e) Settu dropapott á miðju grillið með heitu kolunum í kringum hana. Setjið andabitana á rist beint yfir dropapottinn.

f) Settu lokið á grillið. Eldið þar til húðin er brún og öndin tilbúin eftir smekk. Berið fram heitt.

13. Kjúklingabringur í jógúrt

Afrakstur: 4 hlutar

HRÁEFNI

- 6 beinlausir, roðlausir kjúklingar

JÓGÚRTSPÆTUR

- 1 tsk ristað og mulið kúmen
- ½ tsk rauðar chile flögur
- 2 tsk grillaður hvítlaukur
- ¼ bolli saxaður laukur
- 1 bolli hrein jógúrt
- 1 tsk paprika
- 1 matskeið ferskur sítrónusafi

Sítrónu-estragon VINAIGRETTE

- ½ c ferskur sítrónusafi
- 1 tsk rifinn sítrónubörkur
- 2 matskeiðar hvítvínsedik
- 1 matskeið saxaður skalottlaukur
- 2 matskeiðar hakkað ferskt estragon
- 2 tsk hunang
- ½ bolli ólífuolía

- fitusýrt kjúklingakraftur
- Kosher salt og ferskt
- malaður hvítur pipar

LEIÐBEININGAR

a) Í meðallagi fat, Blandið saltvatni innihaldsefni. Bætið kjúklingnum út í og látið marinerast í kæliskáp í að minnsta kosti 2 klst. Blandið sítrónusafanum, sítrónuberki, ediki, skalottlaukum, estragon og hunangi saman í fat og blandið saman með handþeytara.

b) Blandið ólífuolíunni eða soðið rólega saman við, annað hvort með því að þeyta í höndunum eða hræra 2 til 3 sinnum með handþeytara. Vinaigrette ætti ekki að vera fleyti heldur vera mjög létt í líkamanum.

c) Kryddið eftir smekk með salti og pipar

d) Geymið þakið í kæli í allt að 3 daga.

e) Þurrkaðu umfram saltvatn af kjúklingnum. Grillið eða grillið þar til kjúklingurinn er bara tilbúinn og safaríkur, um 3 til 4 mínútur á hvorri hlið. Á meðan kjúklingurinn er að elda, hitið ólífuolíuna á stórri pönnu og steikið bragðmikið grænmetið fljótt þar til það er bara visnað.

f) Berið kjúklinginn ofan á grænmetið og skvettu með vínaigrettunni eftir smekk.

14. <u>Grískur kryddaður grillaður kalkúnn</u>

Afrakstur: 1 Skammtur

HRÁEFNI

- ¼ bolli ferskur sítrónusafi
- 3 matskeiðar Vatn
- 1 matskeið Ólífuolía
- ½ tsk Þurrkað oregano
- ½ tsk krydd að grísku
- ¼ tsk Svartur pipar
- 2 hvítlauksrif; mulið
- 1 pund af kalkúnabringum „kótelettum"

LEIÐBEININGAR

a) Blandið fyrstu 7 hráefnunum saman í stórum þungum poka með rennilás. Bæta við kalkún.

b) Lokaðu pokanum og hristu upp þar til kalkúnn er vel húðaður. Marinerið í kæli í 30 mínútur, snúið pokanum af og til.

c) Taktu kalkún úr saltvatni, skiptu um saltvatn. Grillgrind með eldunarúða. Sett á grill yfir meðalheitum kolum.

d) Setjið kalkúnn á grind og grillið þakið í 10 mínútur á hvorri hlið eða þar til kalkúnn er ekki lengur bleikur í miðjunni.

15. <u>Tandoori kjúklinga BBQ</u>

Afrakstur: 6 skammtar

HRÁEFNI

- 16 aura af venjulegri jógúrt
- ¼ bolli lime safi
- 2 hvítlauksgeirar, fínt
- Hægeldað eða pressað
- 2 tsk salt
- ¼ tsk túrmerik
- ½ tsk kóríander
- 1 tsk malað kúmen
- 1½ tsk Malað engifer
- ⅛ teskeið Cayenne pipar
- 3 heilar kjúklingabringur
- 1 stór laukur, smátt skorinn
- 1 stór græn paprika

LEIÐBEININGAR

a) Tilbúin heit kol eða Hitið grillið í 10 mínútur.

b) Í stórum fati blandið saman Jógúrt, kóríander, lime, safi, kúmen, hvítlaukur, engifer, salt, cayenne pipar og túrmerik.

c) Hrærið til að blanda saman. Bætið kjúklingabitum saman við og blandið saman til að hjúpa. Hyljið blönduna og kjúklinginn með papriku og lauk. Þekja. Kældu yfir nótt

d) Snúðu og eldaðu þar til tilbúið, um það bil 15 til 20 mínútur. Þeytið með saltvatni í gegnum eldunina. WALT

16. Grillaður Chili kjúklingur

Afrakstur: 2 eða 3

HRÁEFNI

- 1 bolli hrein jógúrt
- 1 matskeið sítrónusafi
- ½ bolli laukur; gróft skorið í teninga
- 1 tsk kúmenfræ
- 1 tsk piparkorn
- 1 tsk Szechuan pipar
- 2 fersk rauð chili
- 2 matskeiðar sinnepsolía
- Salt eftir smekk
- 1½ pund af kjúklingabringum
- 2 matskeiðar sinnepsolía
- 3 Þurrkaðir heilar rauðar paprikur
- ½ tsk túrmerik
- 1 bolli laukur; fínt skorið í teninga
- 1 tsk hvítlaukur; hakkað
- 1 tsk ferskur engifer; fínt rifinn
- 2 rauð chili; hakkað

- 1 tsk kúmenduft
- 1 tsk kóríanderduft
- 1 tsk nýmalaður svartur pipar
- Salt eftir smekk
- 1 bolli tómatar; hægelduðum
- 1 bolli kjúklingasoð
- ½ bolli grænn laukur; skera í 1-tommu lengdir

LEIÐBEININGAR

a) Í hrærivél Blandaðu jógúrt, sítrónusafa, lauk, kúmenfræjum, piparkornum, rauðum chili, sinnepsolíu og salti. Blandið til að mynda slétt deig.

b) Hellið marineringsmaukinu yfir kjúklinginn í stóru fati. Blandið vel saman, hyljið og látið marinerast í að minnsta kosti fjórar klukkustundir.

c) Grillið marineraða kjúklinginn á kolagrilli, snúið öðru hverju upp þar til hann er eldaður í gegn, um það bil 7 mínútur. Skerið grillaðan kjúkling í 1 tommu ræmur.

d) Hitið 2 matskeiðar af sinnepsolíu í potti við meðalhita. Steikið þurra heila rauða papriku þar til hún er dökk. Bætið túrmerik út í og hrærið í 15 sekúndur. Bætið lauknum út í og steikið við vægan hita þar til hann er brúnn. Bætið hvítlauk, engifer, rauðum chili, kúmeni, kóríander, svörtum pipar og salti við laukblönduna.

e) Steikið í 30 sekúndur og bætið svo tómötum og kjúklingasoði út í.

f) Lækkið hitann til að malla og leyfið tómat-lauksblöndunni að malla í um það bil 10 mínútur, þar til hún þykknar. Færðu grillaðar kjúklingalengjur í sósuna; hrærið vel. Eldið í 10 mínútur í viðbót til að gufa upp umfram vökva þannig að kjúklingabitarnir verði húðaðir með sósunni. Kryddið með salti og pipar. Skreytið með grænum lauk. Berið fram með hrísgrjónum eða roti.

17. **BBQ kjúklingur og Andouille hass**

Afrakstur: 4 skammtar

HRÁEFNI

- 6 aura af kjúklingabringum
- ¼ bolli BBQ sósa
- Salt og pipar
- 2 matskeiðar Ólífuolía
- 2 bollar soðnar kartöflur í teningum, tommu teningar
- ¼ bolli Lítill hægeldaður laukur
- 2 matskeiðar saxaður skalottlaukur
- 1 bolli niðurskorin Andouille pylsa
- 1 matskeið saxaður hvítlaukur
- Steikt egg:
- 4 egg
- 3 matskeiðar Hlutinn grænn laukur

LEIÐBEININGAR

a) Hitið grillið eða grillið. Kryddið kjúklinginn með salti og pipar.

b) Penslið BBQ sósuna á kjúklinginn, hyljið bringuna alveg.

c) Setjið kjúklinginn á heitt grillið eða grillið og eldið í 5-6 mínútur á hvorri hlið. Setjið til hliðar og kælið.

d) Fyrir kjötkássa: Hitið olíuna á Sear pönnu. Bætið kartöflunum og Sear, hristið pönnuna af og til, í 2 mínútur. Bætið lauknum, skalottlauknum og andouille út í og hrærið í 1 mínútu. Skerið BBQ kjúklinginn í litla teninga og bætið út í andouilleblönduna og steikið í 1 mínútu. Bætið hvítlauknum út í og kryddið með salti og pipar og hrærið af og til í 4 mínútur.

e) Fyrir steikt egg: Láttu suðuna koma upp 3 bolla af vatni með $\frac{1}{2}$ tsk hvítu ediki og $\frac{1}{2}$ tsk salti í litlum potti við háan hita.

f) Brjóttu egg í bolla og renndu egginu varlega ofan í vatnið. Brjóttu annað egg í bollann og þegar vatnið er komið aftur að suðu renna þessu eggi líka í vatnið.

g) Þegar vatnið sýður aftur, lækkið hitann í lágan og látið malla þar til eggin hafa stífnað, um 2-2$\frac{1}{2}$ mínútur. Tæmið á pappírshandklæði.

h) Seafood Baste: Blandið $\frac{1}{2}$ bolli af bræddu smjöri, 3 msk sítrónusafa, 2 msk hakkaðri steinselju og $\frac{1}{2}$ msk rifnum sítrónuberki.

18. **Balsamic gljáður kjúklingur**

Afrakstur: 4 hlutar

HRÁEFNI

- 1 (3 1/2 til 4 pund) kjúklingur
- 2 hvítlauksgeirar, smátt saxaðir
- 4 matskeiðar Rósmarínblöð skorin í bita
- 2 matskeiðar nýmalaður svartur pipar
- 1 tsk sjávarsalt
- 3 matskeiðar Virgin ólífuolía
- 2 aura Prosciutto börkur
- 2 aura parmesan börkur
- 2 miðlungs s Rauðlaukur, skipt í
- 1 tommu diskar
- 1 glas Lombroso
- 4 matskeiðar af balsamikediki
- 6 stór Radicchio di Treviso
- 2 matskeiðar Extra virgin ólífuolía

LEIÐBEININGAR :
a) Hitið grillið í 375 gráður.

b) Skolaðu og klappaðu þurrum kjúklingi. Taktu út innmatinn og leggðu til hliðar.

c) Saxið hvítlauk, rósmarín, pipar og sjávarsalt saman og blandið saman við jómfrúarolíu. Nuddið kjúklingnum að utan með rósmarínblöndunni. Setjið prosciutto og parmesan börkinn í holrúmið og látið standa í kæli yfir nótt.

d) Setjið laukskífur og innmat í botninn á lítilli þungbotna steikarpönnu. Setjið kjúklinginn ofan á laukinn, með bringunni upp. Hellið glasi af Lombroso yfir laukinn og nuddið kjúklinginn yfir allt með 4 matskeiðum af balsamikediki.

e) Setjið á grillið og eldið í 1 klukkustund og 10 mínútur.

f) Skerið Radicchio í tvennt eftir endilöngu og setjið á grillið og eldið í 3 til 4 mínútur á hvorri hlið. Takið af grillinu og penslið með extra virgin ólífuolíu og setjið til hliðar. Takið fuglinn af grillinu og leyfið honum að hvíla í 5 mínútur. Færðu kjúklinginn á útskurðardisk. Setjið lauk og innmat í fat ásamt safanum. Skerið kjúklinginn út, skvettið af ediki yfir og berið fram strax.

19. <u>**Bourbon grillkjúklingur**</u>

Afrakstur: 8 Skammtar

HRÁEFNI

- 2 pund beinlaus roðlaus kjúklingabringa
- ½ bolli Hægeldaður laukur
- 2 hvítlauksrif; hakkað
- 1 matskeið Ólífuolía
- 2 tsk appelsínubörkur
- ⅓ bolli appelsínusafi
- 1 matskeið vínedik
- ⅓ bolli Bourbon viskí
- ½ bolli melass
- ½ bolli Catsup
- 1 msk Steik sósa
- ¼ teskeið Þurrt sinnep
- Salt og nýmalaður svartur pipar
- Tabasco; að smakka
- 1 tsk Chili duft
- 1 klípa negull

LEIÐBEININGAR

a) Blandið öllum hráefnum öðrum en kjúklingi vel saman. Marinerið kjúklinginn í 4 klst.

b) Takið úr saltvatni og grillið, stráið oft með saltvatni.

20.   **Grillaðir chile vængir**

Afrakstur: 4 hlutar

HRÁEFNI

- 1 bolli ananassafi
- 2 matskeiðar Balsamic edik
- 2 matskeiðar dökk púðursykur
- 4 hvítlauksrif; smátt saxað
- 1 skosk vélarhlíf eða habanero chile; smátt saxað
- ½ tsk Malað pipar
- 24 kjúklingavængir
- Salt og nýmalaður pipar
- Gulrót og sellerístangir

LEIÐBEININGAR

a) Notaðu hliðarbrennara eða Hitaðu grillið. Blandið öllum hráefnum saman í lítinn pott og látið sjóða í 2 mínútur. Takið af hitanum, hellið í stórt fat og látið kólna. Bætið kjúklingavængjum út í saltvatnið og látið marinerast í kæliskáp í að minnsta kosti 2 klst.

b) Grillið við meðalhita í 10 til 15 mínútur eða þar til það er eldað í gegn

c) Berið fram með sellerí og gulrótarstöngum.

21. <u>Heitir grillaðir kjúklingavængir</u>

Afrakstur: 24 heitir vængir

HRÁEFNI

- 12 kjúklingavængir
- ½ bolli hveiti
- ½ tsk Chili duft
- ⅓ bolli matarolía
- ½ bolli grillsósa
- ½ tsk heit piparsósa

LEIÐBEININGAR

a) Taktu út vængi og skerðu vængi í tvennt. Stráið blöndu af hveiti og chilidufti yfir og steikið í heitri olíu í 8-10 mínútur á hvorri hlið þar til það er gullbrúnt. Tæmið á pappírshandklæði.

b) Hitið saman grillsósu og heita piparsósu.

c) Bætið soðnu kjúklingavængjunum út í og látið malla í nokkrar mínútur.

22. Hvítpipraðir kjúklingavængir

Afrakstur: 6 Skammtar

HRÁEFNI

- 20 kjúklingavængir; skera í samskeyti
- ¼ bolli Nýmalaður hvítur pipar
- 2 matskeiðar Salt
- ½ bolli sojasósa
- ¼ bolli lime safi (um 2 lime)
- 2 matskeiðar hakkað engifer
- 2 tsk hakkaður hvítlaukur
- 2 matskeiðar Hakkaður ferskur rauður eða grænn chile pipar að eigin vali
- 1 matskeið Sykur
- 2 msk Fersk basilíka í hægeldunum
- 2 matskeiðar niðurskorið ferskt kóríander

LEIÐBEININGAR

a) skvettu vængjunum með pipar og salti. Grillið á meðalheitum eldi þar til þær eru orðnar vel brúnar, 5 til 7 mínútur, snúið nokkrum sinnum.

b) Taktu stærsta vænginn af eldinum og athugaðu hvort hann sé tilbúinn með því að borða hann.

c) Takið vængina af grillinu og setjið þá í stórt fat.

d) Bætið öllum hráefnunum sem eftir eru saman við blandið vel saman og berið fram.

23. <u>**Beikon BBQ fugl**</u>

Afrakstur: 4 hlutar

HRÁEFNI

- 1 8 fuglar að eigin vali
- 1 pund ferskt beikon
- ½ bolli ítalsk salatsósa
- 1 msk paprika
- 1 tsk möluð salvía
- ½ tsk hvítlauksduft
- Salt og pipar

LEIÐBEININGAR

a) Marinerið fugla í ítalskri salatsósu yfir nótt. Þurrkaðu, kryddaðu með papriku, möluðum salvíu, hvítlauksdufti, salti og pipar eftir smekk. Vefjið hvern fugl með beikonhlutum. Settu fuglana á meðalheitt grill, með beikonsaumnum niður.

b) Lokið og grillið í 15 mínútur. Snúið við og grillið í 15 mínútur í viðbót. Prófaðu fuglinn með gaffli, ef hann er ekki mjúkur eldaðu hann í 15 mínútur til viðbótar.

c) Bakaðar baunir, fylling, ferskt grænmeti og brauð að eigin vali væri frábær viðbót við þennan forrétt. Eftir að fuglarnir eru búnir skaltu henda beikoninu í pottinn með bökuðum baunum til að fá framúrskarandi krydd.

24. <u>**Grilluð Cajun kalkúnalund**</u>

Afrakstur: 5 Skammtar

HRÁEFNI

- 1 pakki Beinlaus fersk kalkúnabringa
- 1½ tsk paprika
- ½ tsk laukduft
- 1/2 tsk hvítlauksduft
- 1/4 tsk cayenne pipar

LEIÐBEININGAR

a) Blandið öllu hráefninu saman í lítið fat nema kalkúnabringur. Sprayaðu kalkún létt með Pam.

b) Húðað jafnt með kryddblöndu

c) Setjið álpappírsdrop á mitt grillið með heitum kolum utan um, fyllið með ½" vatni.

d) Settu kalkúnn á grillið 4 til 6 tommur frá kolum, beint yfir dreypipönnu. Lokið grillinu með loki. Grillið í 20 mínútur.

e) Snúðu og hyldu. Grillið í 15 til 25 mínútur í viðbót eða þar til kalkúninn er ekki lengur bleikur í miðjunni.

25. **BBQ kornískar veiðihænur**

Afrakstur: 4 hlutar

HRÁEFNI

- 2 korniskar veiðihænur (1 til 1 1/2 pund hver)
- 3 matskeiðar ólífuolía
- ⅓ bolli sítrónusafi
- 1 msk Grófmulinn svartur pipar
- ½ tsk Salt
- 1 grein af fersku rósmarín (valfrjálst)
- 50 brikettar kol (um 3 pund)

LEIÐBEININGAR

a) Kljúfið hænurnar eftir endilöngu, skolið og þurrkið þær. Blandið saman ólífuolíu, sítrónusafa, muldum pipar og salti í lítið fat. Setjið hænuhelmingana í plastpoka. Settu pokann í fat. Hellið saltvatninu yfir hænurnar. Lokið og kælið í nokkrar klukkustundir eða yfir nótt, snúið hænunum af og til. Þegar kolakubbarnir eru orðnir hæfilega heitir skaltu raða þeim í kringum droppönnu á þakið grilli.

b) Rétt áður en grillað er, bætið rósmarínkvistinum við kolin. Takið hænurnar úr saltvatninu og setjið þær með skinnhliðinni upp á grillið yfir dreypipönnuna. Hyljið grillið og eldið hænunahelmingana í 45 mínútur eða þar til þær eru tilbúnar, stráið af og til með saltvatninu.

26. **Karrí grillaður kjúklingur**

Afrakstur: 4 hlutar

HRÁEFNI

- 8 aura jógúrt
- ¼ bolli niðurskorin fersk mynta -eða-
- 1 matskeið Þurrkuð mynta í teningum
- ⅓ bolli Fínt skorinn rauðlauk
- 2 tsk hakkaður hvítlaukur
- 1 tsk sítrónusafi
- 2 tsk karrýduft
- 4 Kip flök (beinlaus; roðlausar kjúklingabringur helmingar)

LEIÐBEININGAR

a) Blandið öllum hráefnunum nema kjúklingi í lítið fat; blandið vel saman. Setjið kjúklinginn í grunnt glerskál.

b) Hellið ½ bolli jógúrtblöndu yfir kjúklinginn; snúðu til að húða báðar hliðar. Lokið og látið marinerast í kæliskáp í 3 klukkustundir eða yfir nótt.

c) Lokið og kælið afganginn af jógúrtblöndunni sérstaklega.

27.   Grillaður möndlu kjúklingur

Afrakstur: 4 hlutar

HRÁEFNI

- 1 egg
- ¼ bolli maíssterkju
- 2 matskeiðar sojasósa
- 1 stór hvítlauksrif; hakkað
- 2 heilar beinlausar roðlausar kjúklingabringur; skera 1" x 3" ræmur
- 2½ bolli Fínt skornar möndlur eða valhnetur; létt ristað
- 2 matskeiðar Hakkað þurrkuð eða fersk steinselja
- 4 ferskar Kaliforníu plómur; helmingaður og grýttur
- Ferskt estragon; valfrjálst
- Bláraðir kínverskir ertubelgir; valfrjálst
- Rifið ísjakasalat; valfrjálst
- 1 bragðmikil plómusósa

LEIÐBEININGAR

a) Blandið fyrstu 4 hráefnunum saman í plastpoka. Bætið kjúklingabitum við og látið marinerast í 15 mínútur; holræsi.

Setjið möndlur og steinselju í plastpoka. Setjið kjúklingabita, nokkra í einu, í möndlublönduna.

b) Hristið til að hjúpa það vel. Setjið kjúkling, plómuhelminga og estragon í grillkörfu eða stingið á teini.

c) Grillið við miðlungs óbeinan hita í 8 mínútur eða þar til það er brúnt og eldað í gegn. Horfðu hægt til að forðast brennslu.

d) Ef þess er óskað, berið fram á salat- og ertaflótta fati. Hellið plómusósunni yfir kjúklinginn.

28. <u>Grillaður kjúklingur og grænmeti</u>

Afrakstur: 1 Skammtur

HRÁEFNI

- 2 kjúklingabringur
- 4 Gulur leiðsögn
- 1 rauð paprika
- 1 græn paprika
- ½ bolli Heilar svartar ólífur
- ½ bolli Ólífuolía
- 2 tsk þurrkað timjan
- ½ bolli þurrt vermút
- 4 hvítlauksrif
- 1 sítróna; safi af
- Salt og svartur pipar

LEIÐBEININGAR

a) Hitið grillið eða grillið.

b) Hrærið saman ólífuolíu, timjan, vermút, hvítlauk og sítrónusafa í blöndunarskál. Bætið kjúklingabringum, gulum leiðsögn, rauðri og grænni papriku og svörtum ólífum í réttinn. Blandið **HRÁEFNI** saman.

c) Hellið blöndunni úr fatinu í málmbökunarform. Kryddið með salti og svörtum pipar

d) Setjið ofan á heitt grill eða undir grillara til að elda. Hrærið hráefni oft. Eldið þar til kjúklingurinn er tilbúinn og grænmetið meyrt.

29. **Karrí Kókos grillaður kjúklingur**

Afrakstur: 4 hlutar

HRÁEFNI

- 8 aura jógúrt
- ¼ bolli niðurskorin fersk mynta -eða-
- 1 matskeið þurrkuð mynta í teningum
- ⅓bolli Fínt skorinn rauðlauk
- 2 tsk hakkaður hvítlaukur
- 1 tsk sítrónusafi
- 2 tsk karrýduft
- 4 Kip flök

LEIÐBEININGAR

a) Hitið grillið.

b) Blandið öllum hráefnunum nema kjúklingi í lítið fat; blandið vel saman. Setjið kjúklinginn í grunnt glerskál. Hellið ½ bolli jógúrtblöndu yfir kjúklinginn; snúðu til að húða báðar hliðar.

c) Lokið og látið marinerast í kæliskáp í 3 klukkustundir eða yfir nótt. Lokið og kælið afganginn af jógúrtblöndunni sérstaklega.

d) Grillið kjúklinginn 3-4 tommur frá hitagjafanum, 5-6 mínútur á hlið. Hitið frátekna jógúrtsósu við lágan hita þar til hún er orðin heit; ekki sjóða

30. <u>Grillið kjúkling með Havana sósu</u>

Afrakstur: 8 Skammtar

HRÁEFNI

- 28 aura plómutómatar; tæmd og
- ⅓ bolli Ólífuolía
- ¼ bolli hvítvín
- 1 matskeið hvítt edik
- 3 grænir laukar; hægelduðum
- 4 bollar hvítlaukur; hakkað
- ½ tsk Salt
- ½ tsk pipar
- 2 tsk Cilantro; hakkað
- 8 kjúklingur; brjóst, húð með till
- Malaður pipar

LEIÐBEININGAR

a) Blandið öllu hráefninu fyrir sósuna. Blandið vel saman, hyljið og geymið í kæli yfir nótt. Hitið útigrill og látið sósuna› ná stofuhita.

b) skvettu kjúklingnum með lime safa og með salti og pipar, eins og þú vilt.

c) Setjið á grillið og eldið í um 6 mínútur á hvorri hlið eða þar til það er brúnt.

d) Penslið sósunni á kjúklinginn í gegnum grillið.

31. Steiktur sítrónujurtakjúklingur

HRÁEFNI :

- Alls 12 stykki af kjúklingalæri og fótleggjum með beinum
- 1 tsk þurrkað timjan
- 1 appelsína, þunnar sneiðar
- 1 meðalstór laukur, þunnt sneið
- 1 matskeið þurrkað rósmarín
- 1 sítróna, þunnar sneiðar

FYRIR MARINADE:

- Safi úr 1 sítrónu
- 3 matskeiðar extra virgin ólífuolía
- 3 hvítlauksrif, söxuð
- 2 dropar af stevíu
- Klípið lítið natríumsalt og nýmalaðan pipar
- 1 tsk laukduft
- 1 msk ítalskt krydd
- Safi úr 1 appelsínu
- Dautt af rauðum piparflögum

LEIÐBEININGAR :

a) Blandið öllu hráefninu í marineringuna.

b) Setjið kjúklinginn í eldfast mót og hellið marineringunni yfir.

c) Raðið lauknum, appelsínunni og sítrónusneiðunum ofan á kjúklinginn í eldfast mót.

d) Kryddið eftir smekk með timjan, rósmarín, lágt natríum salti og pipar.

e) Hyljið með álpappír og bakið í 30 mínútur.

f) Fjarlægðu álpappírinn, þeyttu kjúklinginn og bakaðu í 30 mínútur í viðbót.

32. <u>Kjúklingur Pintxo</u>

Skammtar 8

HRÁEFNI

- 1,8 pund roðlaust, beinlaust kjúklingalæri skorið í 1" bita
- 1 msk spænsk reykt paprika
- 1 tsk þurrkað oregano
- 2 tsk malað kúmen
- 3/4 tsk sjávarsalt
- 3 hvítlauksgeirar saxaðir
- 3 matskeiðar steinselja söxuð
- 1/4 bolli extra virgin ólífuolía
- Rauð Chimichurri sósa

LEIÐBEININGAR :

a) Í stóru blöndunarskálinni skaltu sameina öll hráefnin og hræra vel til að húða kjúklingabitana. Látið marinerast yfir nótt í kæliskáp.

b) Leggið bambusspjót í 30 mínútur í vatni. Notaðu spjót, spjóttu kjúklingabita.

c) Grillið í 8-10 mínútur, eða þar til þær eru tilbúnar.

KJÚKLINGASÚPA

33. **Kjúklinga- og kínóasúpa**

SKAMMTAR: 6

HRÁEFNI :

- 1 laukur, saxaður
- 4 bollar fitulaust, natríumsnautt kjúklingasoð
- 1 pund beinlausar, roðlausar kjúklingabringur, í teningum
- 1 bolli vatn
- 3 stór hvítlauksrif, söxuð
- 1 gulrót, skorin í sneiðar
- 1 tsk pipar
- 1 matskeið saxað, ferskt timjan
- 1/2 bolli ósoðið kínóa
- 1 þurrkað lárviðarlauf
- 2 aura sykurbaunir, sneiddar

LEIÐBEININGAR

a) Blandið kjúklingnum, seyði, lauk, vatni, gulrót, hvítlauk, timjan, lárviðarlaufi og pipar saman í stórum potti.

b) B hringur að suðu.

c) Lækkið hitann í lágan og eldið í 5 mínútur, örlítið þakið.

d) Hrærið quinoa vandlega saman við.

e) 5 mínútur við 350°F.

f) Hrærið baununum vandlega saman við.

g) Eldið, hrærið af og til, í 8 mínútur, eða þar til kínóaið er soðið.

h) Fjarlægðu lárviðarlaufið áður en súpan er borin fram.

34. Ostbauna- og kjúklingasúpa

DÓTTUR: 8-10

HEILDAR UNDIRBÚNINGSTÍMI: 20 MÍNÚTUR

HEILDAR TÍMI TIL MATERA: 1 Klukkutími

HRÁEFNI:

- 1 punda roðlausar kjúklingabringur
- 1 bolli ferskir eða frosnir maískornir
- 1 meðalstór skorinn laukur
- 3 matskeiðar ólífuolía (extra virgin)
- 2 hvítlauksrif
- 2 dósir (15 aura hvor) af navy baunum, tæmd og skoluð
- 4 aura getur saxað grænt chili
- 1 tsk cayenne
- 2 matskeiðar ferskt kóríander, saxað
- 2 tsk chili duft
- 2 bollar rifinn Monterey Jack ostur
- 2 tsk malað kúmen

LEIÐBEININGAR:

a) Kryddið kjúklinginn með salti og pipar áður en hann er eldaður.

b) Hitið olíuna og eldið kjúklingabitana á pönnu við háan hita, hrærið af og til, þar til þeir eru gullinbrúnir.

c) Takið af eldinum og bætið lauknum og hvítlauknum út í.

d) Eldið í 5 mínútur, eða þar til laukurinn er gegnsær, hrærið reglulega.

e) Blandið baunum, maís, papriku, kryddi og vatni saman í stóra blöndunarskál.

f) Látið suðuna koma upp, lækkið síðan hitann í lágan og látið malla í 1 klukkustund, án loks.

g) Stráið hvern skammt með skeið af osti og smá kóríander.

35. **Kjúklinga- og grænmetissúpa**

SKAMMTAR: 4

HRÁEFNI:

- 2 matskeiðar ólífuolía (extra virgin)
- 2 rauðar paprikur, saxaðar
- $\frac{1}{2}$ tsk sjávarsalt
- 1 laukur, skorinn í bita
- 1 tsk svartur pipar
- 1 msk rifið ferskt engifer
- 3 bollar rifinn steiktur kjúklingur, húð fjarlægð
- 8 bollar ósaltað kjúklingasoð

LEIÐBEININGAR:

a) Hitið ólífuolíuna þar til hún mallar.

b) Bætið lauknum, rauðum pipar og engifer út í.

c) Eldið, hrærið reglulega, í um það bil 5 mínútur.

d) Látið suðuna koma upp með kjúklingnum, kjúklingasoðinu, salti og pipar.

e) Eldið í 5 mínútur til viðbótar við lágan hita.

36. **Bauna og Chorizo plokkfiskur**

Skammtar : 3

HRÁEFNI :

- 1 gulrót (hægelduð)
- 3 matskeiðar ólífuolía
- 1 meðalstór laukur
- 1 rauð paprika
- 400 g þurrkaðar Fabes baunir
- 300 gr Chorizo pylsa
- 1 græn paprika
- 1 bolli steinselja (hakkað)
- 300 g tómatar (hægeldaðir)
- 2 bollar kjúklingakraftur
- 300 gr kjúklingalæri (flök)
- 6 hvítlauksrif
- 1 meðalstór kartöflu (hægelduð)
- 2 matskeiðar timjan
- 2 matskeiðar salt eftir smekk
- 1 matskeiðar pipar

LEIÐBEININGAR :

a) Í pönnu, hella jurtaolíu. Hellið lauknum út í. Leyfðu 2 mínútum af steikingartíma á meðalhita.

b) Blandaðu saman hvítlauk, gulrót, papriku, chorizo og kjúklingalæri í stórri blöndunarskál. Leyfðu 10 mínútum til eldunar.

c) Hellið timjaninu, kjúklingakraftinum, baunum, kartöflum, tómötum, steinselju út í og smakkið til með salti og pipar.

d) Eldið í 30 mínútur, eða þar til baunirnar eru mjúkar og soðið hefur þykknað.

37. <u>Kjúklingur pho</u>

HRÁEFNI

- 3 bollar kjúklingabeinasoð
- 3 bollar vatn
- 2-3 hrá kjúklingalæri
- 1 brenndur laukur (sneið í tvennt)
- 1 kulnuð engifer (um 4 tommur)
- 1 kanilbörkur (um 2-3 tommur)
- 1 lakkrísrót í sneiðum
- 1 klumpur steinsykur (um 2 tommur)
- 1 tsk kosher salt
- 1 msk fiskisósa

LEIÐBEININGAR

a) Setjið lauk og engifer á bökunarplötu með skinnhliðinni upp. Steikið í 10-15 mínútur þar til ysta lagið er alveg brennt.

b) Ristið lakkrísrót og kanilstöng í miðlungs potti við miðlungshita þar til ilmandi (um það bil 2 mínútur).

c) Bætið kulnuðum lauk og engifer í pottinn ásamt kryddi, hráu kjúklingalæri, hellið síðan soði, vatni, steinsykri, salti og fiskisósu út í.

d) Sjóðið í 10 mínútur og fjarlægið lakkrísrót og kanilbörk. Haltu áfram að malla í 20 mínútur í viðbót til að fá ríkulegt bragðmikið seyði.

e) Takið kjúklinginn út og skerið í þunnar ræmur.

STEIKTUR KJÚKLINGUR

38. <u>Kjúklingur með bjór</u>

HRÁEFNI

- 1 ½ pund beinlaus, roðlaus kjúklingabringa helmingar
- 1 ½ bolli alhliða hveiti
- 1 tsk lyftiduft
- 2 egg, þeytt
- ½ bolli bjór
- 1 tsk salt
- ½ tsk cayenne pipar
- 1 msk sumarbragð
- olía til steikingar

LEIÐBEININGAR

a) Skolið kjúklinginn og skerið hann í 1" ræmur. Í meðalstórri skál, hrærið saman 1 bolli hveiti og lyftidufti. Blandið saman þeyttum eggjum og bjór, setjið til hliðar. Setjið afganginn af ½ bolli hveiti í litla skál eða brúnan pappírspoka, bætið salti, cayenne pipar og bragðmiklu og hristið til að blanda vel saman.

b) Hitið olíu í hollenskum ofni eða djúpsteikingu í 375°F.

c) Slepptu kjúklingastrimunum í pokann og hristu vel til að hjúpurinn verði jafn. Dýfðu hveitistráðum ræmunum í deigið. Steikið nokkrar í einu í heitri olíu í hollenskum ofni eða djúpsteikingarpotti, snúið einu sinni, þar til húðin er gullinbrún á báðum hliðum, um það bil 4 til 5 mínútur.

d) Fjarlægðu lengjurnar úr heitu olíunni með töngum eða sleif og haltu þeim heitum á diski í ofni stilltur á lægstu stillingu þar til borið er fram.

e) Fyrir 4-6

39. <u>**Cajun djúpsteiktur kalkúnn**</u>

HRÁEFNI

- 1 bolli ítalsk dressing
- ¼ bolli Louisiana heit sósa
- 2 matskeiðar fljótandi reykur
- ¼ bolli hvítlauksduft
- 2 matskeiðar kryddað salt
- 1 afþíðaður 10 til 12 pund kalkúnn
- 1 bolli Cajun krydd, eða uppáhalds nuddblanda
- olía til djúpsteikingar

LEIÐBEININGAR

a) Blandið innihaldsefnum marineringarinnar saman og bætið við nægu vatni til að fá 1 lítra af marineringunni.
b) Fjarlægðu innmatinn af kalkúnnum, þvoðu hann síðan og þurrkaðu hann þurr, sérstaklega inni í holrúminu. Notaðu matarsprautu og sprautaðu 8 aura af marineringunni í hvert brjóst og hvert læri og fót. Nuddaðu inn í holrúmið og allt utan á fuglinum með Cajun kryddinu eða nuddablöndunni. Marineríð kalkúninn í ísskáp í að minnsta kosti sólarhring, en ef hægt er, látið marinerast í 2–3 daga.
c) Þegar þú ert tilbúinn að elda skaltu hita olíuna í djúpsteikingu í 360°F, notaðu djúpsteikingarhitamæli til að athuga hitastigið.
d) Settu fuglinn á kalkúnakörfu eða haldara. SLÆKTU GASLOGAN. Lækkið körfuna hægt niður í olíuna, stoppið, snúið og lyftið henni örlítið eftir þörfum til að koma í veg fyrir skvett, þar til fuglinn er á kafi. Kveiktu aftur á gasinu og kveiktu aftur.
e) Eldið 3–4 mínútur á hvert pund (30–40 mínútur), eða þar til hiti í læri er 160°F og brjóst 180°F.
f) Þegar því er lokið SLÆRÐU AF BENSÍNUM.

g) Lyftu síðan kalkúnnum hægt upp úr pottinum og tæmdu hann á pappírsþurrku, þakinn filmu, í um 20 mínútur.
h) Skerið kalkúninn út og njótið.

40. <u>Kjúklingur í teppi</u>

HRÁEFNI

- Kjúklingur sem er pakkaður með pergament
- 4 rauðlaukur, aðeins grænir toppar
- 2 stórar kjúklingabringur
- 4 tsk hakkað engifer
- 2 tsk hrísgrjónavín
- 2 tsk sojasósa
- 1 tsk salt
- $\frac{1}{4}$ tsk hvítur pipar
- 1 tsk sykur
- 2 tsk olía
- 1 bolli teriyaki eða hoisin sósa, til að dýfa í
- 24 ferninga smjörpappír
- olía til djúpsteikingar

LEIÐBEININGAR

a) Rífið rauðlaukinn eftir endilöngu og skerið þá í 1 $\frac{1}{2}$" lengdir, skerið síðan kjúklingabringurnar í ræmur sem eru $\frac{1}{2}$" breiðar og 1 $\frac{1}{2}$" á lengd.

b) Setjið ferskt hakkað engifer í hvítlaukspressu og kreistið út 1 tsk af engifersafa. Í meðalstórri skál skaltu sameina engifersafann með víni, lauk, sojasósu, salti, pipar og sykri til að búa til marinering fyrir kjúklingalengjurnar. Látið kjúklinginn marinerast við stofuhita í lokuðu íláti í að minnsta kosti 30 mínútur.

c) Settu ferning af pergamenti fyrir framan þig, með einu horninu að þér. Nuddið smá olíu í miðjuna á pappírnum og setjið 1 matskeið af stærðinni af kjúklingi og smávegis á pappírinn lárétt, langt fyrir neðan miðju hornrétta ferningsins.

d) Brjótið neðra hornið upp til að hylja kjötið, brjótið síðan vinstra hornið yfir til hægri og hægra hornið yfir til vinstri, til að búa til lítið umslag. Brjóttu efra hornið niður og settu það örugglega inn. Endurtaktu með því að nota alla smjörpappírsferninga, notaðu afganginn af kjúklingnum og lauknum.
e) Hitið olíuna í 375°F í djúpsteikingarpotti.
f) Djúpsteikið 2 eða 3 umslög í einu í heitri olíu í 1 mínútu á hvorri hlið. Fjarlægðu þau með skeið eða spaða og tæmdu þau á pappírshandklæði.
g) Berið þá fram með teriyaki eða hoisin sósunni til hliðar til að dýfa í. Hver einstaklingur fær tvö til þrjú umslög sett á diskinn sinn og allir opna umslögin sín þegar máltíðin hefst.

41. <u>Súrmjólkursteiktur kjúklingur</u>

HRÁEFNI

- 2 bollar súrmjólk
- 1 ½ tsk salt
- ½ tsk nýmalaður svartur pipar
- 3 pund steikjandi kjúklingabitar
- 1 bolli alhliða hveiti
- olía til djúpsteikingar

LEIÐBEININGAR

a) Blandið súrmjólkinni saman við helming af salti og pipar. Setjið kjúklinginn í Ziploc plastpoka og hellið blöndunni yfir kjúklingabitana, snúið öllum bitunum vel við og geymið í kæli yfir nótt.
b) Hitið olíu í hollenskum ofni eða djúpsteikingu í 365°F.
c) Blandið saman hveitinu og hinum helmingnum af salti og pipar í meðalstórri skál. Hellið marineringunni af kjúklingabitunum og með því að nota annað hvort pappírspoka eða grunnt fat, hjúpið kjúklingabitana í hveitiblöndunni, hristið afganginn af og setjið bitana í einu lagi á vaxpappírsörk.
d) Bætið kjúklingabitunum varlega í heitu olíuna og eldið í 5 til 7 mínútur, með loki á. Takið lokið af, snúið kjúklingnum við og eldið bitana í 5 til 7 mínútur í viðbót. Takið lokið af og eldið þær í 8 til 10 mínútur í viðbót þar til húðin er orðin stökk.
e) Fjarlægðu kjúklingabitana með töng og tæmdu bitana á pappírshandklæði. Berið fram strax á heitu fati.
f) Fyrir 4-6

42. Brasilískar kjúklingakrókettar

HRÁEFNI

- 3 kjúklingabringur, skinnlausar og beinlausar
- ½ meðalstór laukur, saxaður
- 2 hvítlauksgeirar, smátt saxaðir
- 2 teningur kjúklingabaunir
- 6 matskeiðar smjör
- 1 ½ tsk salt
- ½ tsk sítrónupipar
- 4 bollar vatn
- 1 lítill grænn laukur, saxaður
- ¼ bolli saxuð fersk steinselja
- 3 bollar alhliða hveiti
- 1 8 aura pakki rjómaostur
- 2 eggjahvítur
- brauðmylsna

LEIÐBEININGAR

a) Eldið kjúklingabringuna, laukinn, hvítlaukinn, kjúklingabaunið, smjörið, saltið, piparinn og vatnið í örbylgjuofni í stórri örbylgjuofni.

b) Fjarlægðu kjúklingabringurnar og saxaðu þær smátt. Til að lita, bætið steinseljunni og grænlauknum við.

c) Sjóðið í miðlungs potti, 3 bollar af seyði sem eftir er í 10 mínútur. Bætið hveitinu út í og hrærið kröftuglega í um það bil 1 mínútu þar til það verður rakt deig. Takið deigið af pönnunni og kælið það niður í heitt hitastig. Hnoðið það þar til það verður slétt og allir hveitimolar eru farnir, um það bil 10 mínútur.

d) Hitið djúpsteikingarpottinn í 350°f.

e) Fletjið deigið út í ¼" þykkt með kökukefli og skerið 2 ½"-3 ½" hringi af stærð með kexskera eða drykkjarglasi. Setjið deigið í lófann, bætið við 1 tsk fullri af rjómaosti og 1 tsk af kjúklingafyllingunni.

f) Breyttu magni hráefna eftir stærð deighringsins sem þú klippir svo þú getir lokað deiginu með fyllingunni sem situr inni. Hnoðið öll ónotuð afgangur af deiginu og rúllið þeim aftur, skerið fleiri hringi þar til allt deigið er notað.

g) Brjóttu saman og lokaðu deiginu í formi trommustokks.

h) Penslið fyllta deigið ríkulega með eggjahvítum og veltið þeim yfir brauðmola þar til þær eru húðaðar.

i) Djúpsteikið í um 8 mínútur eða þar til gullið brúnt. Fjarlægðu úr heitri olíu með rifa skeið eða spaða. Tæmið á pappírshandklæði og berið fram heitt.

43. <u>Djúpsteiktar sítrónu Cornish hænur</u>

HRÁEFNI

- 2 1 ½ punda kornískar veiðihænur
- ¼ bolli ferskt rósmarín lauf
- 2 matskeiðar sítrónupipar
- 2 matskeiðar þurrkuð sítrónubörkur
- 1 tsk hvítlauksduft
- 2 tsk salt
- olía til djúpsteikingar
- sítrónubátar til framreiðslu

LEIÐBEININGAR

a) Skolaðu, hreinsaðu og þurrkaðu veiðihænurnar, klappaðu þeim að innan og utan með pappírshandklæði.

b) Blandið saman rósmaríni, sítrónupipar, sítrónusafa, hvítlauk og salti í lítilli skál. Geymið helminginn af blöndunni og setjið til hliðar. Nuddaðu hinum helmingnum í hænurnar, stráðu þeim líka yfir. Látið þau standa, lokuð, við stofuhita í 1 klst.

c) Hitið olíuna í djúpsteikingarpotti eða hollenskum ofni í 375°F. Setjið kornísku hænurnar varlega í heita olíuna og djúpsteikið þar til þær eru gullinbrúnar, um 12 mínútur.

d) Til að athuga hvort það sé tilbúið skaltu nota skeið eða töng til að taka hænuna varlega úr pottinum og setja skyndilesandi hitamæli í þykkasta hluta lærsins, ekki snerta beinið - hann ætti að vera 180°F.

e) Færðu hænurnar yfir á vírgrind og leyfðu þeim að hvíla, þakið, í 5 mínútur. Berið þær fram heilar eða notið skarð til að skipta þeim í tvennt eftir endilöngu. Stráið hverri hænu með frátekinni krydd/jurtablöndu og berið fram.

44. Hvítlaukur kjúklingur golfboltar

HRÁEFNI
- 2 pund malaður kjúklingur (eða svínakjöt)
- ½ tsk sítruspipar
- ½ tsk salt
- ½ tsk alifuglakrydd
- 2 matskeiðar maíssterkju
- 2 matskeiðar sojasósa
- 3 eggjahvítur:
- ½ tsk nýrifinn engifer
- 2 matskeiðar Marsala vín (eða notaðu uppáhalds sherry)
- 4 hvítlauksrif, pressuð

SLAGUR:
- 1 bolli maíssterkju
- 1 bolli hveiti
- olía til djúpsteikingar

LEIÐBEININGAR
a) Hitið olíu í 375°F í hollenskum ofni eða djúpsteikingarpotti.
b) Blandið kjúklingnum vandlega saman við pipar, salt, alifuglakrydd og eggjahvítu í stórri skál. Látið blönduna hvíla í 10 mínútur, þakið plasti. Myndaðu kjúklingablönduna í golfbolta með höndunum og settu þær á vaxpappír eða álpappír.
c) Blandið maíssterkjunni saman við hveitið og rúllið hverri kúlu upp úr þessari blöndu þannig að hún hjúpist jafnt.
d) Setjið kúlurnar ofan í olíuna og eldið þar til þær fljóta og eru gullinbrúnar, um það bil 5 mínútur. Fjarlægðu með sleif og skolaðu af á pappírshandklæði. Berið fram heitt.

45. Gullmolar

HRÁEFNI

- ½ bolli hveiti
- 1 ½ tsk hvítlaukssalt
- 1 tsk paprika
- 1 tsk salvía
- 1 tsk laukduft
- ½ tsk hvítur pipar
- ½ tsk alifuglakrydd
- ½ bolli vatn
- 1 egg, létt þeytt
- 3 heilar beinlausar kjúklingabringur, afhýddar og skornar í 1 ½" x 1 ½" mola
- olía til djúpsteikingar
- 1 búnt fersk steinselja til skrauts
- rifinn parmesanostur til skrauts
- paprika til skrauts

LEIÐBEININGAR

a) Hitið olíuna í 375°F í djúpsteikingarpotti.
b) Blandið hveiti og kryddi saman í miðlungs glerskál, bætið vatni og eggi saman við og hrærið vel til að fá slétt deig.
c) Dýfðu kjúklingabitunum ofan í deigið, láttu umfram allt renna af. Setjið 3 til 4 stykki í einu í heitu olíuna og steikið þar til það er stökkt - um það bil 2 til 4 mínútur. Tæmdu gullmolana vel á pappírsþurrku og færðu síðan kjúklinginn yfir á heitt fat skreytt með ferskri steinselju.
d) Stráið rifnum parmesanosti og papriku yfir og berið fram.

46. **Stökk rjómalöguð kvört**

HRÁEFNI

- 8-12 ungir ræktaðar kvikur
- 2 bollar gróft saxaður sætur laukur
- 2 bollar rjómi
- 1 tsk Louisiana heit sósa
- 4 bollar alhliða hveiti
- 2 matskeiðar lauksalt
- 1 tsk cayenne pipar
- 1 matskeið púðursykur
- 2 tsk grófmalaður svartur pipar
- olía til djúpsteikingar

LEIÐBEININGAR

a) Þvoðu vaktlina vandlega undir köldu rennandi vatni og vertu viss um að þú fjarlægir alla fituna sem kannski hefur ekki verið fjarlægð við vinnsluna. Settu þá síðan í 1 eða 2 lítra Ziploc lokanlegan poka. Stungið vaktlinum yfir allt með beittum gaffli eða litlum hníf svo marineringin geti ráðist inní og bragðað kjötið.

b) Á þessum tímapunkti stráið söxuðum lauknum yfir fuglana og blandið þeim strax vel saman svo að vaktlin taki upp bragðið af laukunum. Lokaðu pokanum og láttu þá standa við stofuhita í $\frac{1}{2}$ klukkustund, snúðu pokanum oft.

c) Blandið saman rjómanum og heitu sósunni í lítilli pottskál og hellið því í pokann, yfir vaktlina og laukinn, til að mynda marinering. Látið fuglana marinerast yfir nótt, eða í að minnsta kosti 4 klukkustundir.

d) Rétt áður en þú ert tilbúinn að elda þá skaltu hita olíuna í 350 ° F í djúpsteikingarpotti eða djúpum hollenskum ofni.

e) Hellið hveitinu í stóra ofnpönnu og bætið salti, cayenne, sykri og svörtum pipar út í. Blandið vandlega saman.

f) Fjarlægðu hverja vaktlu úr marineringunni og stráðu þeim síðan ríkulega í húðunarblöndunni, hristu umfram hveiti af og settu þau varlega með töng í heitu olíuna.
g) Steikið kvarg í um 10–12 mínútur. Að utan ætti að vera gullbrúnt og stökkt og að innan ætti að vera ljós, rakt og viðkvæmt mjúkt af rjóma-lauksmarineringunni. Fargið marineringunni og lauknum.
h) Berið fram strax.

47. <u>Sítrónu kjúklingastrimlar</u>

HRÁEFNI
- 2 pund beinlaus kjúklingabringa

SLAGUR:
- ½ bolli hveiti
- ½ bolli maíssterkju
- ¼ tsk hvítlaukssalt
- ½ tsk tvívirkt lyftiduft
- ½ tsk jurtaolía

SÓSA:
- 2 stórar sítrónur
- 3 matskeiðar púðursykur
- ½ bolli hvítvín
- 1 tsk maíssterkju
- 2 tsk vatn
- steinseljugreinar til skrauts
- olía til djúpsteikingar

LEIÐBEININGAR
a) Hitið olíu í 350°F í hollenskum ofni eða djúpsteikingarpotti.
b) Skerið beinlausu kjúklingabringurnar í ræmur um það bil 3" langar og ½" breiðar. Setjið þær í grunna skál og setjið plastfilmu yfir og setjið til hliðar.
c) Blandið saman hveiti, maíssterkju, lyftidufti, salti og olíu í meðalstórri skál með stórri skeið og hrærið þar til það er slétt.
d) Skerið eina sítrónu í ¼" sneiðar og setjið til hliðar. Kreistið safann úr seinni sítrónunni í litla skál, bætið sykri og hvítvíni út í og hrærið vel. Setja til hliðar.
e) Blandið maíssterkjunni og 2 tsk vatni í litlum bolla. Hrærið til að blanda alveg. Setja til hliðar.

f) Dýfðu hverjum kjúklingabita ofan í deigið og láttu umfram dreypa aftur í skálina.
g) Djúpsteikið kjúklinginn í litlum skömmtum með 10–12 bitum. Kjúklingalengjurnar ættu að brúnast fallega eftir 4–5 mínútur. Passaðu að þau festist ekki saman.
h) Fjarlægðu tilbúnu ræmurnar úr olíunni með sleif og tæmdu þær á pappírshandklæði.
i) Eldið sítrónusósuna með því að hella sítrónu-sykri-vínblöndunni í lítinn pott og koma vökvanum að suðu við háan hita. Bætið maíssterkju-vatnsblöndunni út í og hrærið þar til blandan er þykk.
j) Setjið tæmda kjúklingabitana á litríkan disk, bætið sítrónusneiðum við til skrauts og stráið steinselju yfir. Berið fram sítrónusósu til hliðar.

48. Perth djúpsteiktir vængir

HRÁEFNI

- 16 kjúklingavængir
- 8 matskeiðar sojasósa
- 7 matskeiðar ostrusósa
- 8 matskeiðar sætt sherry
- 3 matskeiðar lime safi
- salt og pipar eftir smekk
- 1 bolli alhliða hveiti
- 1 bolli maísmjöl
- olía til djúpsteikingar

LEIÐBEININGAR

a) Hitið djúpsteikingarpottinn í 375°F.
b) Settu kjúklingavængina í glerskál sem ekki er gljúpt, Ziploc plastpoka eða skál úr ryðfríu stáli. Notaðu hníf til að stinga göt á vængina til að leyfa marineringunni að komast inn í kjötið.
c) Blandið sojasósu, ostrusósu, sherry, limesafa, salti og pipar saman í litla skál og hellið blöndunni yfir kjúklinginn. Hyljið fatið eða innsiglið pokann og kælið í 12 til 24 klukkustundir.
d) Fjarlægðu kjúklinginn úr marineringunni, fargaðu afganginum af marineringunni. Blandið hveitinu saman í grunnu fati eða skál og kastið vængjunum í þessa blöndu þar til það er vel húðað á öllum hliðum.
e) Hitið olíuna í djúpsteikingarpotti. Eldið vængina þar til þeir eru stökkbrúnir, soðnir í gegn og safinn rennur út, um það bil 4-5 mínútur.
f) Tæmið á pappírshandklæði og berið fram.

49. Kryddsteiktar gobbler ræmur

HRÁEFNI
- 3 til 4 punda kalkúnabringur

MARINADE:
- 1 msk chili sósa
- 1 tsk chili duft
- 2 tsk hrísgrjónavín
- 2 tsk sojasósa
- 1 tsk engiferduft
- 1 matskeið fínt saxaður grænn laukur
- 1 tsk púðursykur

HJÓLIHÚÐUN:
- ⅔ bolli hveiti
- 1 tsk paprika
- 1 matskeið alifuglakrydd

LEIÐBEININGAR

a) Hitið steikingarolíuna í 350°F í hollenskum ofni eða djúpsteikingarpotti.

b) Skerið kalkúnabringuna í ræmur, 3" langar og 1" breiðar á skurðbretti, með beittum hníf.

c) Blandið chilisósunni, chiliduftinu, hrísgrjónavíni, sojasósu, engifer, grænum lauk og púðursykri saman í stóra skál og hellið blöndunni yfir kalkúnalengjurnar. Hrærið vel til að tryggja að hver ræma sé þakin.

d) Marinerið lengjurnar í 1 klukkustund við stofuhita. Á meðan kalkúninn er að marinerast skaltu blanda hveiti, papriku og alifuglakryddinu saman í breiðri, flatri skál eða pönnu og setja til hliðar.

e) Takið lengjurnar af marineringunni og látið renna vel yfir skálina. Hitið afganginn af marineringunni í litlum potti við háan hita þar til hún hefur soðið í 12 mínútur. Taktu pönnuna

af hitanum, kældu marineringuna og helltu henni í sósubát til að bera fram við borðið.
f) Veltið kalkúnastrimlunum létt upp úr hveitiblöndunni. Notaðu töng eða rifa spaða, renndu kalkúnastrimlunum ofan í heita olíuna og djúpsteiktu þær þar til þær brúnast á öllum hliðum, um það bil 8 mínútur.
g) Fjarlægðu lengjurnar og tæmdu þær á pappírshandklæði. Berið fram í einu á heitu fati með marinade á hliðinni.

50. **Kryddaður kalkúnn hrærður**

HRÁEFNI :

- 1 tsk garam masala
- 2 paprikur, þunnar sneiðar
- 2 pund. beinlausar roðlausar kalkúnabringur, skornar í 1 tommu sneiðar
- 2 matskeiðar kókosolía
- Klípa lítið natríumsalt
- 2 tsk nýmalaður pipar
- 1 tsk kúmenfræ

FYRIR MARINADE:

- 1/2 bolli kókosrjómi
- 1 tsk engifer, hakkað
- 1 hvítlauksgeiri, saxaður
- 1/4 tsk túrmerik
- 1 tsk lágt natríumsalt

LEIÐBEININGAR :

a) Blandið saman öllu hráefninu í marineringunni.

b) Bætið kjúklingnum út í og látið marinerast í að minnsta kosti 1 klst.

c) Bræðið kókosolíuna í wok eða stórri sautépönnu við meðalháan hita, bætið síðan kúmenfræjunum út í og eldið í 3 mínútur.

d) Eftir að marineraða kjúklingnum/kalkúnnum hefur verið bætt við, eldið í 5 mínútur. Þar til kjúklingurinn/kalkúninn byrjar að brúnast, hrærið paprikunni, garam masala og nýmöluðum pipar saman við.

e) Bætið við klípu af natríumsnauðu salti eftir smekk.

f) Eldið í 5 mínútur, hrærið reglulega í.

51. Turkey Squash Scramble

HRÁEFNI :

- 2 paprikur
- 1 tsk kúmen
- 1 tsk chili duft
- 1 pund malaður kalkúnn
- 1 tsk hvítlauksduft
- 1 tsk lágt natríumsalt
- 1 matskeið ferskt kóríander
- 2 leiðsögn
- 2 laukar
- 1 handfylli af spínati

LEIÐBEININGAR :

a) Brúnið kalkúninn á stórri pönnu.

b) Blandið þunnt sneiðum lauknum, paprikunni og kúrbítnum saman við þar til þeir mýkjast.

c) Bætið fersku spínatinu á pönnuna með kalkúnnum.

d) Eldið þar til spínatið hefur visnað, kryddið með salti og pipar.

e) Takið af pönnunni og toppið með hvaða áleggi sem þið veljið.

52. <u>**Air Fryer möndlu kjúklingur**</u>

Gerir 2 skammtar

HRÁEFNI:

- 1 stórt egg
- 1/4 bolli súrmjólk
- 1 tsk hvítlaukssalt
- 1/2 tsk pipar
- 1 bolli sneiddar möndlur, smátt saxaðar
- 2 beinlausir roðlausir kjúklingabringur helmingar (6 aura hvor)
- Ranch salatsósa, grillsósa eða hunangssinnep

LEIÐBEININGAR:

a) Forhitið loftsteikingarvélina í 350°. Þeytið egg, súrmjólk, hvítlaukssalt og pipar í grunnri skál. Setjið möndlur í aðra grunna skál. Dýfðu kjúklingnum í eggjablönduna, síðan í möndlur, klappaðu til að húðin festist.

b) Settu kjúklinginn í einu lagi á smurða bakka í loftsteikingarkörfu; sprittið með matreiðsluúða.

c) Eldið þar til hitamælir í kjúklingnum sýnir að minnsta kosti 165°, 1518 mínútur. Ef vill, berið fram með búgarðsdressingu, grillsósu eða sinnepi.

53. Loftsteikingarvél Caprese fylltur kjúklingur

Heildartími: 35 mínútur

Afrakstur: 23 skammtar

HRÁEFNI:

- 2 stórar beinlausar, roðlausar kjúklingabringur
- 1 roma tómatur, skorinn í sneiðar
- 1/4 pund ferskur mozzarella, skorinn í sneiðar
- 6 fersk basilíkublöð
- 1 msk ítalskt krydd
- 1 tsk salt
- 1/2 tsk pipar
- 1 tsk extra virgin ólífuolía
- 1 tsk balsamik edik
- Klípa af salti og pipar

LEIÐBEININGAR:

a) Undirbúið Caprese fylltan kjúkling: Skerið breiðan vasa í þykku hliðina á hverri kjúklingabringu, skerið næstum á hina hliðina en ekki alla leið í gegn. Opnaðu fiðrilda kjúklinginn. Hellið kjúklingnum jafnt yfir með olíu og kryddið með salti og pipar.

b) Leggðu mozzarella sneiðar, tómatsneiðar og ferska basilíku á hægri helming hverrar kjúklingabringu.

c) Brjótið vinstri hlið fiðrilda kjúklingsins varlega yfir þá hægri og innsiglið hann með 24 tannstönglum.

d) Kryddið efst á hverri bringu með ítölsku kryddi og smá salti og pipar.

e) Spreyið matreiðsluúða ofan á hverja kryddaða kjúklingabringu

f) Forhitaðu loftsteikingarvélina í 350 gráður F.

g) Fóðrið körfuna með loftsteikingarfóðri eða filmu. Bætið tilbúnum fylltu kjúklingabringunum út í.

h) Eldið 350 gráður í 2530 mínútur eða þar til innra hitastig kjúklingsins nær 165 gráðum F.

i) Dreypið balsamikediki yfir áður en það er borið fram (ef það er notað).

54. <u>Air Fryer Chimichangas kjúklingur</u>

Heildartími : 17 mínútur

HRÁEFNI

- 2 pund beinlaus, roðlaus kjúklingalæri, soðin og rifin
- 1 matskeið tacokrydd (sjá athugasemdir matreiðslumeistara)
- 1 (8 aura) Pakki rjómaostur, mildaður
- 2 bollar rifinn mexíkóskur blandaostur
- 6 tortillur
- 1 matskeið ólífuolía eða ólífuolíu sprey

LEIÐBEININGAR:

a) Forhitið loftsteikingarvélina í 360 gráður.

b) Rífið kjúklingalærin í sundur.

c) Blandið saman kjúklingnum, rjómaosti, rifnum osti og kryddi (ef þarf).

d) Skelltu um það bil ½ bolli kjúklingablöndu í miðju hverrar hveititortillu. Ýttu niður.

e) Brjótið tortillu yfir fyllinguna með því að brjóta hliðarnar fyrst inn og rúlla svo chimichanga eins og burrito.

f) Penslið ólífuolíu yfir allar hliðar hverrar chimichanga eða úðið jafnt með ólífuolíu. Settu í loftsteikingarkörfu með saumhliðina niður.

g) Eldið í loftsteikingarvél um það bil 4 mínútur áður en það er snúið við og eldað í 4 til 8 mínútur í viðbót.

h) Berið fram með avókadó, aukaosti, sýrðum rjóma, salsa eða uppáhalds álegginu þínu.

55.   Blackberry chipotle kjúklingavængir

GERÐIR: 20
HEILDARTÍMI : 20 mínútur

HRÁEFNI

- 3 pund. Kjúklingavængir , slátraðir
- 1/2 bolli Blackberry Chipotle sultu
- 1/2 bolli Vatn
- Salt og pipar eftir smekk

LEIÐBEININGAR

a) Hitið ofninn aftur í 400 gráður á Fahrenheit.

b) Blandið Blackberry Chipotle sultu og vatni saman í blöndunarskál.

c) Í plastpoka, blandaðu 2/3 af marineringunni saman við kjúklingavængjunum, salti og pipar. Marinerið í 10 mínútur eða lengur.

d) Takið kjúklingavængina út og raðið þeim á grind ofan á kökuplötu.

e) Bakið við 400°F í 10 mínútur, snúið síðan við og brýtið hvern væng með afganginum af marineringunni .

f) Hækkið hitastigið í 425°F og bakið í 5 mínútur í viðbót eða þar til þær eru stökkar.

KJÚKLINGASALÖT

56. Kjúklingasalat í salatbollum

SKAMMAR: 6 SKAMMAR

HRÁEFNI :

- 1/4 bolli venjuleg, fitulaus grísk jógúrt
- 1/4 bolli valhnetur, ristaðar og saxaðar
- 2 beinlausar, roðlausar kjúklingabringur, soðnar og rifnar
- Safi úr 1 sítrónu
- 1/8 tsk svartur pipar
- 1/4 tsk, salt, skipt
- 2 matskeiðar eplasafi edik
- 2 matskeiðar ólífuolía
- 1/4 bolli rúsínur
- 1 epli, skorið í teninga
- 1 bolli frælaus rauð vínber, skorin í teninga
- 12 blöð Bibb salat

LEIÐBEININGAR :

a) Blandið saman jógúrt, ólífuolíu, ediki, sítrónusafa, pipar og salti í stóra blöndunarskál.

b) Kasta dressingunni með rifnum kjúklingi, ristuðum valhnetum, eplum, vínberjum, sellerí og rúsínum.

c) Fylltu salatbolla til hálfs með kjúklingasalati og berðu fram.

57. Tyrklandsfylltir bátar

SKÖTTAR: 4 SKÖTTIR

HRÁEFNI :

- 1 matskeið ólífuolía
- 2 matskeiðar saxuð steinselja
- 4 kúrbít
- 14 aura dós af hægelduðum tómötum
- 8 aura 93% magur malaður kalkúnn
- 4 bollar spínat, saxað
- 1 laukur, skorinn í bita
- 2 hvítlauksgeirar, saxaðir
- 1/4 bolli panko brauðrasp
- 1/4 tsk rauðar piparflögur
- 1/4 bolli rifinn parmesanostur

LEIÐBEININGAR :

a) Skerið kúrbítinn í tvennt eftir endilöngu og notið skeið til að skafa út fræin og holdið.

b) Raðið kúrbítshelmingunum í eldfast mót.

c) Hitið olíuna á meðalstórri pönnu. Steikið laukinn í 4 mínútur, hrærið af og til.

d) Bætið malaðan kalkún, kúrbítskjöti og hvítlauk út í .

e) Eldið, hrærið af og til þar til sósan hefur þyknað nokkuð.

f) Bætið spínati út í og látið malla í 2 mínútur í viðbót, eða þar til spínatið hefur visnað.

g) Blandið saman brauðmylsnu, parmesan og steinselju í lítilli skál.

h) Dreifið kalkúna- og grænmetisblöndunni jafnt á milli kúrbítshelminganna.

i) Toppið með brauðmylsnublöndunni.

j) Bakið í 20 mínútur, eða þar til gullbrúnt ofan á.

58. Taco salatbollar

SKAMMAR: 6 SKAMMAR

HRÁEFNI :

- 8 aura hnappasveppir, skornir í teninga
- 8 aura 93% magur malaður kalkúnn
- 1 matskeið ólífuolía
- 1/4 tsk cayenne
- 1 laukur, skorinn í bita
- 1 matskeið kúmen
- 2 tsk maíssterkju
- 2 hvítlauksgeirar, saxaðir
- 2 matskeiðar malað chili
- 1/2 tsk salt
- 1 1/2 tsk paprika
- 12 blöð salat
- 2/3 bolli vatn

LEIÐBEININGAR :

a) Hitið olíuna yfir miðlungshita í stórri sautépönnu.

b) Steikið laukinn í 3 mínútur .

c) Bætið kalkúnnum út í og kíkið í um það bil 5 mínútur, eða þar til malaður kalkúnninn er ekki lengur bleikur.

d) Bætið sveppunum saman við og látið malla í 3 mínútur til viðbótar.

e) Blandið chilidufti, kúmeni, maíssterkju, papriku, salti og cayenne pipar saman í litla skál.

f) Bætið kryddblöndunni og vatni á pönnuna þegar sveppirnir hafa mýkst og látið suðuna koma upp í aðrar 2 mínútur.

59. <u>Kínverskir kjúklingasalatbollar</u>

SKAMMAR: 6 SKAMMAR

HRÁEFNI :

- 4 laukur, sneiddur, hvítur og grænn
- 1 matskeið jurtaolía
- 1 tommu ferskt engifer, afhýtt og hakkað
- 1 pund malaðar kjúklingabringur (99% magrar)
- 1 matskeið sojasósa með lágum natríum
- 1 matskeið hnetusmjör
- 1 matskeið hrísgrjónaedik
- 3 hvítlauksrif, söxuð
- 1 matskeið sesamolía
- 1/8 tsk cayenne pipar
- 1 matskeið vatn
- 2 gulrætur, rifnar
- 1 tsk hunang
- 12 Boston salatblöð, þvegin
- 1/4 bolli ósaltaðar jarðhnetur, saxaðar

LEIÐBEININGAR :

a) Hitið olíuna á stórri pönnu sem ekki festist.

b) Blandið kjúklingnum og hvíta hluta lauksins saman við.

c) Bætið hvítlauknum og engiferinu út í.

d) Blandið saman sojasósu, hrísgrjónaediki, sesamolíu, hnetusmjöri, vatni, hunangi og cayenne pipar í stóra blöndunarskál.

e) Örbylgjuofn á háu í 30 sekúndur, þar til slétt, hrærið á eftir.

f) Eldið í 1 mínútu til viðbótar eftir að rifnum gulrótum hefur verið bætt við.

BAKaður Kjúklingur

60.   <u>Sólblómafræ Pestó kjúklingur</u>

SKÓTTAR: 4 SKÓTTIR

HRÁEFNI :

PESTÓ

- 1 hvítlauksgeiri, saxaður
- 2 matskeiðar hrá, afhýdd sólblómafræ
- 1 bolli basil lauf
- 1/4 bolli ólífuolía
- 1/8 tsk svartur pipar
- 2 matskeiðar rifinn parmesanostur
- 1/8 tsk salt

KJÚKLINGUR OG SKREIT

- 1/4 bolli rifinn mozzarellaostur að hluta, skipt niður
- 2 beinlausar, roðlausar kjúklingabringur, skornar langsum
- 2 tómatar, sneiddir

LEIÐBEININGAR :

a) Setjið kjúklinginn á bökunarplötu sem hefur verið smurð með olíu.

b) Í matvinnsluvél, bætið öllu pestó hráefninu út í og vinnið þar til slétt. Blandið saman basil, sólblómafræjum, parmesanosti, hvítlauk, salti og pipar í matvinnsluvél. Til að sameina, púlsaðu nokkrum sinnum. Hellið olíunni út í á meðan vélin er í gangi þar til sósan er orðin mjúk.

c) Toppið hvert kjúklingastykki með 2 msk pestó, 2 tómatsneiðum og mozzarella.

d) Bakið í 15 mínútur, eða þar til það er vel eldað.

61. Matarmikil blómkálsgrjón með kjúklingi

SKÓTTAR: 4 SKÓTTIR

HRÁEFNI :

- 3/4 bolli appelsínusafi
- 3 matskeiðar olía
- 1 1/2 matskeiðar lágnatríum sojasósa
- 1 haus blómkál
- 2 beinlausar, roðlausar kjúklingabringur, í teningum
- 1 tsk ferskt engifer, rifið
- 1/4 tsk svartur pipar
- 1 tsk túrmerikduft
- 2 matskeiðar hrísgrjónavínsedik
- 1 matskeið hunang
- 1 matskeið maíssterkja
- 1/2 rauð paprika, skorin í teninga
- 1 bolli frosnar baunir og gulrætur, blandað saman
- 2 stór egg, þeytt
- 3 laukur, sneiddur, hvítur og grænn skipt
- 3 hvítlauksgeirar, saxaðir

LEIÐBEININGAR :

a) Blandið saman appelsínusafa, hrísgrjónavínsediki, sojasósu, hunangi, maíssterkju og engifer í blöndunarskál.

b) Áður en eggjum og svörtum pipar er bætt út í skaltu hylja pönnuna með matreiðsluúða. Hrærið eggin vel saman.

c) Hellið baunum og gulrótum, kálfatlauk, hvítlauk og papriku saman við afganginn af matskeiðinni af olíu á pönnunni.

d) Eldið í 4 mínútur, eða þar til grænmetið er soðið, hrærið reglulega í.

e) Kasta út í hrísgrjónuðu blómkáli, húðað með matreiðsluúða.

f) Eldið í 5 mínútur í viðbót, hrærið reglulega í, eða þar til blómkálið er orðið nokkuð stökkt.

g) Á pönnu með blómkálinu, steikið eldaðan kjúkling, egg, grænmeti og sósu þar til sósan þyknar, um það bil 3 mínútur.

h) Takið pönnuna af hellunni og toppið með rauðlauk.

62. **Kjúklinga- og sætkartöflubollur**

SKAMMAR: 8 SKAMMAR

HRÁEFNI :

- 1 bolli frosnar baunir
- 1 bolli gulrætur, sneiddar
- 1 matskeið ólífuolía
- 2 hvítlauksgeirar, saxaðir
- 1 bolli grænar baunir, snyrtar og helmingaðar
- 1 tsk matarsódi
- 1 tsk svartur pipar, skipt
- 1 laukur, saxaður
- 1 bolli grænkál, stilkað og saxað
- 1 bolli hveiti
- 1/2 bolli alhliða hveiti, skipt
- 1 bolli súrmjólk
- 3 bollar soðnar kjúklingabringur, rifnar
- 1 miðlungs sæt kartöflu, soðin, afhýdd og maukuð
- 2 bollar natríumsnautt kjúklingasoð
- 1/8 tsk salt

LEIÐBEININGAR :

a) Hitið olíuna á pönnu.

b) Hristið steiktum lauknum með gulrótum, grænum baunum, ertum, grænkáli, hvítlauk og pipar. Eldið í 8 mínútur, hrærið af og til.

c) Eldið í 3 mínútur í viðbót eftir að hveitinu er bætt út í.

d) Hellið soðinu, grænmetinu og hveitiblöndunni í pott og látið suðuna koma upp.

e) Blandið grænmetinu og rifnum kjúklingi saman við. Dreifið deiginu jafnt á milli 16 muffinsbollanna.

f) Blandið saman hveiti, matarsóda, salti og pipar sem eftir er í blöndunarskálinni.

g) Blandið sætu kartöflumúsinni og súrmjólkinni saman við .

h) Skiptið deiginu jafnt á milli 16 muffinsbollanna og toppið síðan kjúklingablönduna.

i) Bakið í 15 mínútur, eða þar til gullinbrúnt ofan á.

63. <u>Rjómalöguð kjúklingur</u>

SKÓTTAR: 4 SKÓTTIR

HRÁEFNI :

- 1 matskeið ólífuolía
- 1/2 bolli rifinn lágfitu cheddar ostur
- 2 meðalstórar beinlausar, roðlausar kjúklingabringur, skornar langsum
- 1 tsk svartur pipar
- 1/3 bolli grísk jógúrt
- 1 tsk laukduft
- 1/2 bolli panko
- 1 tsk hvítlauksduft

LEIÐBEININGAR :

a) Raðið kjúklingnum þínum á vel smurða bökunarplötu.

b) Dýptu með grískri jógúrt.

c) Blandið saman panko, cheddar osti, ólífuolíu, hvítlauksdufti, laukdufti og svörtum pipar í lítilli blöndunarskál.

d) Stráið þessari blöndu ofan á kjúklinginn og ýtið honum niður.

e) Bakið kjúklinginn í 12 mínútur við 425 gráður.

64.   Steiktur kjúklingur og tómatar

SKÓTTAR: 4 SKÓTTIR

HRÁEFNI :

- 2 kjúklingabringur, skornar langsum
- 3 hvítlauksgeirar, saxaðir
- 1 bolli kínóa
- 1 matskeið dill
- 1 tsk svartur pipar
- Safi úr 1 sítrónu
- 1 matskeið jurtaolía
- 1 paprika, skorin í teninga
- 1 tsk salt
- 1 agúrka í teningum
- 1 bolli kirsuberjatómatar, skornir í fjórða
- 1 bolli fituskertur fetaostur, mulinn

LEIÐBEININGAR :

a) Blandið saman olíu, hvítlauksrifum og basilíkublöðum í lítilli blöndunarskál.

b) Kasta kjúklingabringunum í marineringunni í zip-lock poka.

c) Látið suðuna koma upp í litlum potti, balsamikedikið og hunangið.

d) Í litlum blöndunarrétti, sameina hakkaða tómata, 2 hvítlauksrif sem eftir eru og 1/4 bolli af basilíkublöðum; setja til hliðar.

e) Hitið hina 1 msk af ólífuolíu sem eftir er af ólífuolíu á miðlungsháum hita í stórri sautépönnu.

f) Steikið 2 kjúklingabringur í einu á pönnunni í 3 mínútur á hvorri hlið, eða þar til þær eru ljósgulbrúnar.

g) Dreypið 1/4 bolli tómatblöndu og balsamikglasúr yfir helminga kjúklingabringa.

65. <u>**Blað Pan Fajitas**</u>

SKÓTTAR: 4 SKÓTTIR

HRÁEFNI :

- 2 paprikur, skornar í þunnar strimla
- 2 beinlausar, roðlausar kjúklingabringur, skornar í þunnar strimla
- 8 maístortillur
- 2 matskeiðar ólífuolía
- 1 laukur, sneiddur
- 3 hvítlauksgeirar, saxaðir
- 2 lime, skipt
- 1 matskeið chiliduft
- 1/2 bolli grísk jógúrt
- 3/4 tsk paprika
- 1 tsk cayenne
- 1 tsk salt
- 1/2 matskeið kúmen

LEIÐBEININGAR :

a) Smyrjið létt og hyljið bökunarplötu með álpappír.

b) Dreypið ólífuolíu yfir sneiddan kjúkling, laukinn, paprikuna og hvítlaukinn á ofnplötunni.

c) Blandið saman chilidufti, kúmeni, maíssterkju, papriku, salti og cayennepipar í lítilli skál.

d) Kryddið bæði kjúklinginn og grænmetið með kryddblöndunni.

e) Bakið kjúklinginn og grænmetið í 25 mínútur við 425 gráður.

f) Á meðan er börkurinn og safinn úr lime, blandaður saman við gríska jógúrt .

g) Berið fajitas fram með hlið af grískri jógúrt og limebátum. Njóttu!

66. **Kjúklingakartöfluhas**

SKAMMTAR: 2

HEILDARTÍMI TIL UNDIRBÚNINGS: 15 mínútur

HRÁEFNI

- 1/2 bolli kúrbít í teningum
- 12 aura af möluðum kjúklingi
- 1 bolli niðurskorinn gulur laukur
- 6 matskeiðar kaldpressuð ólífuolía, skipt
- 1 matskeið rifin gulrót
- 1/2 bolli rifin kartöflu
- 1 eggaldin, afhýtt og saxað

LEIÐBEININGAR

a) Smyrjið pönnu og eldið kjúklinginn í 10 mínútur, hrærið stöðugt í og brjótið upp allar stórar kekki, á pönnu við meðalhita.
b) 2 matskeiðar ólífuolía, smurð pönnu Eldið grænmetið í 5 mínútur við vægan hita, eða þar til það er mjúkt en ekki blautt.
c) Blandið saman soðnum kjúklingi og grænmetisblöndunni í pönnu. Fletjið deigið út með því að nota nonstick spaða.
d) Eldið í 6 mínútur á meðallagi. Standast hvatningu til að hreyfa sig.

e) Dreypið afganginum af ólífuolíu yfir blönduna og brjótið hana í sundur með breiðum, nonstick spaða.
f) Eldið þar til þú færð þá stökku sem þú vilt.

67. Brenndur Balsamic kjúklingur

SKAMMTAR: 4

HEILDAR UNDIRBÚNINGSTÍMI: 15 MÍNÚTUR

HEILDAR TÍMI TIL AÐ MAKA: 1 Klukkutími (AUK 2 Klukkutímar AÐ MARINERA Kjúklinginn)

HRÁEFNI:

- Klípa svartur pipar, nýmalaður
- 1 kjúklingur (heill) skorinn í bita
- 2 matskeiðar sítrónusafi
- 2 matskeiðar sinnep (Dijon)
- 1 tsk sítrónubörkur
- 1 matskeið balsamik edik
- 1 bolli kjúklingasoð
- 1 msk steinseljublöð
- 2 söxuð hvítlauksrif
- 2 matskeiðar ólífuolía
- 1 matskeið salt

LEIÐBEININGAR:

a) Blandið saman ediki, sinnepi, sítrónusafa, hvítlauk, ólífuolíu, salti og pipar.

b) Blandið dressingunni og kjúklingabitunum saman í stórum plastpoka sem hægt er að loka aftur.

c) Geymið í kæli í að minnsta kosti 2 klukkustundir og upp í einn dag, snúið kjúklingabitunum af og til.

d) Takið kjúklinginn úr pokanum og setjið hann í stórt smurt eldfast mót.

e) Steikið í 1 klukkustund, lokið.

f) Forhitið ofninn í 350°F og setjið fatið á helluborð við miðlungs lágan hita.

g) Hrærið kjúklingasoðinu út í pönnudropa.

h) Dreypið matreiðslusafanum yfir kjúklinginn.

i) Berið kjúklinginn fram með sítrónuberki og steinseljuskreytingu.

68. Ólífu kjúklingur

SKAMMTAR: 4

HEILDARTÍMI TIL UNDIRBÚNINGS: 15 mínútur

HEILDARTÍMI FYRIR MATREIÐSLU: 2 klst

HRÁEFNI:

- 4 kjúklingalæri
- 3 matskeiðar olía
- 2 laukar, þunnar sneiðar
- 2 matskeiðar sítrónubörkur, rifinn
- 1 bolli ólífur, grófhreinsaðar og skornar í sneiðar
- 1 matskeið sítrónusafi
- 3 hvítlauksrif, mulin
- ½ tsk malað engifer
- ¼ tsk saffranþræðir, muldir
- 1½ bolli af kjúklingasoði
- ¼ bolli fersk steinseljublöð, saxuð
- ¼ bolli fersk kóríanderlauf, saxuð
- Salt
- Malaður svartur pipar

LEIÐBEININGAR:

a) Dreypið sítrónusafa yfir kjúklinginn og stráið salti og svörtum pipar yfir.

b) Hitið olíuna yfir háum hita í stórum hollenskum ofni og steikið kjúklingalærin í um það bil 4 til 6 mínútur á hvorri hlið.

c) Látið suðuna koma upp afganginum, að kryddjurtunum undanskildum, í um 1 klst.

d) Hrærið kryddjurtunum saman við og látið malla í 15 mínútur í viðbót.

e) Berið fram strax.

69. Kjúklinga- og grænmetissteikt

SKAMMTAR: 4

HEILDARTÍMI TIL UNDIRBÚNINGS: 15 mínútur

HEILDARTÍMI FYRIR MATREIÐSLU: 22 mínútur

HRÁEFNI:

FYRIR KJÚLINGA MARINADE:

- 1½ tsk malað kúmen
- 1 egg, þeytt
- 1 tsk malað kóríander
- 2 matskeiðar tapíóka sterkja
- 2 hvítlauksrif, mulin
- 4 beinlausar kjúklingabringur, skornar í sneiðar
- 2 tsk ferskt engifer, saxað
- 1 tsk rauð piparduft
- 2 tsk malað túrmerik

AÐ ELDA:

- 1 laukur, skorinn í bita
- 1 matskeið hvítlauksmauk
- 2 matskeiðar ólífuolía
- 1 tsk rauð piparduft
- 1 matskeið af engifermauki
- ½ tsk malað kúmen
- Klípa af salti
- 2 matskeiðar rautt chilipasta
- 4 gulrætur, skrældar og skornar í sneiðar
- 2 grænar paprikur, fræhreinsaðar og skornar í teninga

- 1-2 grænt chili, fræhreinsað og skorið í sneiðar

LEIÐBEININGAR:

a) Blandið öllum hráefninu í marineringuna saman.
b) Bætið kjúklingi út í og blandið vel saman.
c) Látið standa í 2 tíma marineringu í kæli.
d) Hitið olíuna yfir háum hita og eldið kjúklinginn í 4 mínútur þar til hann er gullinbrúnn.
e) Á sömu pönnu, steikið laukinn, engifermaukið, hvítlauksmaukið, rautt chilimauk, chiliduft, kúmen og salt í um það bil 2-3 mínútur.
f) Eldið í um það bil 10 mínútur eftir að grænmetinu er bætt út í.

70. Kjúklingur, grænmeti og mangó

SKAMMTAR: 4

HEILDARTÍMI TIL UNDIRBÚNINGS: 15 mínútur

HEILDARTÍMI FYRIR MATREIÐSLU: 18 mínútur

HRÁEFNI:

- 2 matskeiðar kókosolía
- 2 (8 aura) roðlausar, beinlausar kjúklingabringur, skornar í sneiðar
- 1 smátt skorinn rauðlaukur
- 1 mangó, afhýtt, fræhreinsað og skorið í teninga
- 2 hvítlauksrif, söxuð
- 1 kúrbít, skorinn í sneiðar
- 1 bolli sveppir, sneiddir
- Klípið salt og malaður svartur pipar
- 3 matskeiðar kókos amínó
- $\frac{1}{4}$ tsk rauðar piparflögur, muldar
- 1 paprika, skorin í teninga
- 1/2 bolli kasjúhnetur, ristaðar
- 2 matskeiðar ferskt engifer, saxað
- 1 spergilkál (skorið í litla blóma)

LEIÐBEININGAR:

a) Bræðið kókosolíuna á pönnu við háan hita og steikið kjúklinginn í um 4-5 mínútur eða þar til hann er brúnaður.
b) Færið kjúklinginn yfir á disk.

c) Bætið lauknum, hvítlauknum og engiferinu á sömu pönnu og steikið í um 1-2 mínútur.
d) Bætið mangóinu, spergilkálinu, kúrbítnum og paprikunni út í og eldið í um það bil 5 til 7 mínútur.
e) Bætið við kjúklingi, baunaspírum, kókoshnetu amínóum, rauðum piparflögum, salti og svörtum pipar og eldið í 3-4 mínútur eða þar til það er tilbúið.
f) Berið fram með kasjúhnetum.

71. Margarita kjúklingur

Þjónar: 4

HRÁEFNI :

- 1 matskeiðar ólífuolía
- 4 beinlausar, roðlausar kjúklingabringur
- 1 bolli tilbúinn salsa verde
- 1 bolli rifinn pepper jack ostur
- 1 (15 oz.) svartar baunir, skolaðar og tæmdar
- 1 lime, safi
- ½ tsk kúmenduft
- Salt og svartur pipar eftir smekk
- Saxaður ferskur kóríander

LEIÐBEININGAR

a) Forhitið ofninn í 450 gráður F.

b) Hitið olíu í ofnþolinni pönnu yfir miðlungshita.

c) Kryddið kjúklinginn með salti og svörtum pipar. Eldið í olíu í 3 mínútur

d) á hlið eða þar til ljósgulbrúnt.

e) Hellið salsa yfir kjúklinginn og stráið osti yfir. Flyttu pönnu yfir á

f) ofninn og bakið í 5 mínútur eða þar til osturinn bráðnar og sósan freyðandi.

g) Á meðan, í potti, blandaðu saman svörtum baunum, lime safa, kúmendufti,

h) salt og svartur pipar. Hitið við meðalhita í 4 til 5 mínútur

i) og slökktu á hitanum.

j) Skiptið baununum í fjóra diska og toppið með hvern kjúkling.

k) Skreytið með kóríander og berið fram volga.

72. Pad Thai kjúklingur

4 skammtar

HRÁEFNI

- Hrísgrjónanúðlur
- 2 kjúklingabringur
- salt og pipar
- 3 chilli (hakkað)
- 3 vorlaukar (saxaðir)
- 2 egg
- Kóríander
- 1 msk sítrónusafi
- 1 msk púðursykur
- 2 hvítlauksrif (hakkað)
- 3 matskeiðar af fiskisósu
- 60 g soðnar rækjur
- 3 matskeiðar ristaðar jarðhnetur (lítið malaðar)
- baunaspírur
- mange tout eða sykurbaunir

LEIÐBEININGAR

a) Leggið hrísgrjónanúðlurnar í bleyti í heitu vatni í 20 mínútur eða þar til þær eru soðnar

b) Hitið smá olíu á pönnu og bætið tveimur þeyttum og krydduðu eggjunum saman við til að búa til eggjaköku. Færið yfir á disk og skerið í strimla og látið kólna.

c) Hitið smá olíu í wokinu og bætið kjúklingnum út í, þegar hann er lokaður á öllum hliðum bætið við hvítlauknum.

d) Bætið vorlauknum og rækjunum út í (ef þær eru notaðar) og hrærið í aðra mínútu

e) Bætið chilli, tæmdu núðlunum, fiskisósunni, sítrónusafanum, sykri og hnetum út í og hrærið við háan hita í eina mínútu í viðbót.
f) Hrærið baunaspírunum, eggjakökustrimunum út í og hrærið hressilega í um 30 sekúndur
g) Hellið kóríander yfir og kryddið eftir smekk. Berið fram heitt.

73. **Ananaskjúklingur**

4 skammtar

HRÁEFNI

- 2 tsk canola eða sesamolía
- 1 (10 oz.) pakki frosið spergilkál
- 1/2 C hrærið sósa
- 1/4 C ananassafi, notaðu frátekinn safa úr niðursoðnum ananas
- 1/4 tsk hvítlauksduft
- 1/4 tsk mulin rauð paprika
- 1 (15 oz.) dós ananasbitar eða smáréttir, tæmd
- 2 C soðinn kjúklingur í teningum

LEIÐBEININGAR

a) Hitið olíuna á stórri pönnu yfir meðalháum hita. Bætið við öllu hráefninu NEMA ananas og kjúklingi. Eldið og hrærið þar til það er hitað í gegn, 5 - 6 mín.

b) Bætið við ananas og kjúklingi; elda 2 mínútur í viðbót.

74. **Basil kalkúnn með ristuðum tómötum**

HRÁEFNI :

- 1/2 bolli ferskt basilika í þunnum sneiðum
- 2 kalkúnabringur
- nokkra dropa af stevíu
- 1 bolli sveppir, saxaðir
- 1/2 meðalstór laukur, saxaður
- Fersk steinselja, til skrauts
- 1-2 matskeiðar extra virgin ólífuolía
- 1-pint kirsuberjatómatar
- Klípið lítið natríum salt og pipar

LEIÐBEININGAR :

a) Dreypið ólífuolíu og stevíu yfir tómatana á bökunarplötu.
b) Saltið og piprið.
c) Bakið þar til það er mjúkt, um 15-20 mínútur.
d) Hitið eina matskeið af ólífuolíu á stórri pönnu yfir lágum hita.
e) Eldið í 10-12 mínútur til að mýkja laukinn og sveppina.
f) Settu kalkúninn á pönnuna eftir að hafa kryddað hann með lágu natríumsalti og pipar.
g) Eldið í 15 mínútur, eða þar til kjúklingurinn er fulleldaður.
h) Raðið tómötunum á tvo diska. Setjið eina kalkúnabringu á hvern disk og síðan lauk, sveppum og pönnu. Berið fram með steinselju sem skraut.

75. Einfaldur parmesan kjúklingur

HRÁEFNI
KJÚKLINGURINN
- 3 litlar kjúklingabringur
- Salt og pipar eftir smekk
- 1 bolli Mozzarella ostur

HÚÐINGIN
- 5 únsur. Svínabörkur
- 1/4 bolli hörfræmjöl
- 1/2 bolli Parmesan ostur
- 1 tsk Oregano
- 1/2 tsk Salt
- 1/2 tsk pipar
- 1/4 tsk rauð piparflögur
- 1/2 tsk Hvítlaukur
- 2 tsk paprika
- 1 stórt egg
- 1 1/2 tsk kjúklingasoð
- 1/4 bolli ólífuolía

LEIÐBEININGAR
a) Malið svínabörkur, hörfræmjöl, parmesanost og krydd í matvinnsluvél.

b) Skerið kjúklingabringur í tvennt eða í þriðju og sláið þeim út í kótilettur.

c) Kryddið eftir smekk.

d) Í sérstöku íláti við húðina, sprungið og eggið og þeytið með kjúklingasoði.
e) Blandið öllu hráefninu fyrir sósuna saman í pott og þeytið saman.
f) Leyfðu þessu að elda í að minnsta kosti 20 mínútur á meðan þú ert að búa til kjúklinginn.
g) Brauðið allar kjúklingakótilettur með því að dýfa í eggjablönduna og dýfa síðan í hjúpblönduna. Setjið til hliðar á álpappír.
h) Hitið ólífuolíu á pönnu og steikið hvern kjúklingabita 2 í einu.
i) Setjið kjúklingabita í eldfast mót, bætið sósu ofan á og stráið svo 1 bolla af mozzarellaosti yfir.
j) Bakið við 400 F í 10 mínútur eða þar til osturinn er fallegur og bráðinn
k) Berið fram með brokkolí og ólífum til hliðar.

76. **Marsala kjúklingur**

Skammtar: 4

HRÁEFNI :

- ¼ bolli hveiti
- Salt og pipar eftir smekk
- ½ tsk timjan
- 4 beinlausar kjúklingabringur , slegnar
- ¼ bolli smjör
- ¼ bolli ólífuolía
- 2 söxuð hvítlauksrif
- 1 ½ bolli sneiddir sveppir
- 1 smátt skorinn laukur
- 1 bolli marsala
- ¼ bolli hálf og hálfur eða þungur rjómi

LEIÐBEININGAR :

a) Blandið saman hveiti, salti, pipar og timjan í blöndunarskál.

b) Í sérstakri skál, dýptu kjúklingabringurnar í blönduna.

c) Bræðið smjörið og olíuna á stórri pönnu.

d) Steikið hvítlaukinn í 3 mínútur á pönnu.

e) Hellið kjúklingnum út í og eldið í 4 mínútur á hvorri hlið.

f) Blandið sveppunum, lauknum og marsala saman í pönnu.

g) Eldið kjúklinginn í 10 mínútur við lágan hita.

h) Færið kjúklinginn yfir á framreiðsludisk.

i) Blandið hálfum og hálfum eða þungum rjómanum út í. Hrærið síðan stöðugt á meðan eldað er á háum hita í 3 mínútur.

j) Þeytið kjúklinginn með sósunni.

77. <u>**Hvítlauks cheddar kjúklingur**</u>

Skammtar: 8

HRÁEFNI :

- ¼ bolli smjör
- ¼ bolli ólífuolía
- ½ bolli rifinn parmesanostur
- ½ bolli Panko brauðrasp
- ½ bolli mulið Ritz kex
- 3 söxuð hvítlauksrif
- 1 ¼ skarpur cheddar ostur
- ¼ tsk ítalskt krydd
- Salt og pipar eftir smekk
- ¼ bolli hveiti
- 8 kjúklingabringur

LEIÐBEININGAR :

a) Forhitið ofninn í 350 gráður Fahrenheit.

b) Bræðið smjörið og ólífuolíuna á pönnu og steikið hvítlaukinn í 5 mínútur.

c) Blandið saman brauðmylsnu, brotnu kexunum, báðum ostum, kryddi, salti og pipar í stóra blöndunarskál.

d) Dýfðu hverjum kjúklingi eins fljótt og hægt er í smjör/ólífuolíublönduna.

e) Hveiti kjúklinginn og dýptu hann í hann.

f) Forhitaðu ofninn í 350°F og klæddu kjúklinginn með brauðmylsnublöndunni.

g) Setjið hvern kjúklingabita í eldfast mót.

h) Dreypið smjör/olíublöndunni yfir.

i) Hitið ofninn í 350°F og bakið í 30 mínútur.

j) Til að fá frekari stökku, setjið undir grillið í 2 mínútur.

78. <u>Kjúklingur Fettuccini Alfredo</u>

Skammtar: 8

HRÁEFNI :

- 1 pund fettuccine pasta
- 6 beinlausar, roðlausar kjúklingabringur, fallega skornar í teninga ¾ bolli smjör, skipt
- 5 söxuð hvítlauksrif
- 1 tsk timjan
- 1 tsk oregano
- 1 saxaður laukur
- 1 bolli sneiddir sveppir
- ½ bolli hveiti
- Salt og pipar eftir smekk
- 3 bollar fullmjólk
- 1 bolli þungur rjómi
- ¼ bolli rifinn gruyere ostur
- ¾ bolli rifinn parmesanostur

LEIÐBEININGAR :

a) Forhitið ofninn í 350°F og eldið pasta samkvæmt leiðbeiningum á pakka, um það bil 10 mínútur.

b) Bræðið 2 matskeiðar smjör á pönnu og bætið kjúklingabitunum, hvítlauknum, timjaninu og oregano út í, eldið á lágum hita í 5 mínútur, eða þar til kjúklingurinn er ekki lengur bleikur. Fjarlægja.

c) Bræðið hinar 4 msk smjörið sem eftir eru á sömu pönnu og steikið laukinn og sveppina.

d) Hrærið hveiti, salti og pipar saman við í 3 mínútur.

e) Bætið rjómanum og mjólkinni saman við. Hrærið í aðrar 2 mínútur.

f) Hrærið ostinum saman við í 3 mínútur á lágum hita.

g) Setjið kjúklinginn aftur á pönnuna og kryddið eftir smekk.

h) Eldið í 3 mínútur á lágum hita.

i) Hellið sósunni yfir pastað.

KJÚKLINGAKASSERÓLA

79. **Kjúklingablómkálspott**

SKAMMTAR: 10

HEILDARTÍMI TIL UNDIRBÚNINGS: 15 MÍNÚTUR

HEILDARTÍMI FYRIR MATREIÐSLU: 1 STUND 15 MÍNÚTUR

HRÁEFNI:

- 3 gulrætur, skrældar og skornar í sneiðar
- 2 matskeiðar kókosolía
- 2-2½ pund úr beinum kjúklingalæri og bol
- Salt og malaður svartur pipar
- 1 laukur, skorinn í bita
- 2 hvítlauksrif, mulin
- 2 matskeiðar fersk engiferrót, saxuð
- 1 tsk kóríanderduft
- 1 tsk malaður kanill
- ½ tsk malað túrmerik
- 1 tsk paprika
- 2 tsk kúmenduft
- ¼ tsk cayenne pipar
- 28 aura dós af tómötum með vökva

- 1 teskeið af salti
- 1 haus blómkál, rifið
- 1 paprika, skorin í sneiðar
- 1 sítróna, þunnar sneiðar
- Fersk steinselja, mulin

LEIÐBEININGAR:

k) Forhitaðu ofninn þinn í 375°F.

l) Bræðið 1 msk kókosolíu.

m) Bætið kjúklingnum út í og steikið í 5 mínútur á hvorri hlið.

n) Á sömu pönnu, steikið gulrót, lauk, hvítlauk og engifer við háan hita í um það bil 4-5 mínútur.

o) Bætið kryddinu og afganginum af kókosolíu út í og hrærið.

p) Bætið kjúklingnum, tómötunum, paprikunni, steinseljunni og salti út í og látið malla í um 3-5 mínútur.

q) Setjið blómkálshrísgrjónin á botninn á rétthyrndu ofnmóti.

r) Hellið kjúklingablöndunni jafnt yfir blómkálshrísgrjón og skreytið með sítrónubátum. Bakið í 1 klst.

80. Kjúklinga- og grænmetispotta

DÓTTUR: 4

HEILDAR UNDIRBÚNINGSTÍMI: 15 MÍNÚTUR

HEILDAR TÍMI TIL MAÐA: 30 MÍNÚTUR

HRÁEFNI:

- 1/3 bolli Dijon sinnep
- 1/3 bolli hrátt hunang
- 1 tsk basil
- 4 kjúklingabringur
- 1/4 tsk malað túrmerik
- 1 bolli ferskir takkasveppir, skornir í sneiðar
- 1 tsk mulin þurrkuð basilíka
- salt
- svartur pipar, malaður
- ½ haus af spergilkál, skorið í litla blóma

LEIÐBEININGAR:

a) Forhitaðu ofninn þinn í 350°F.

b) Smyrjið bökunarform létt.

c) Blandið öllu hráefninu saman í blöndunarrétt, nema kjúklingnum, sveppunum og spergilkálinu. Raðið í eldfast mót.

d) Raðið spergilkálinu jafnt í kringum kjúklinginn.

e) Hellið helmingnum af hunangsblöndunni jafnt yfir kjúklinginn og spergilkálið.

f) Bakið í um 20 mínútur.

g) Penslið afganginum af sósunni yfir kjúklinginn og bakið í um 10 mínútur.

81. <u>Einföld kvöldmatarpott</u>

HRÁEFNI :

- 3-4 bollar soðin brún hrísgrjón, heilhveitipasta, eggjanúðlur
- 1 bolli niðursoðinn kjúklingur, túnfiskur EÐA lax, tæmd
- Koðnar kartöflur í teningum
- 1-2 tsk þurrkaðar kryddjurtir
- 1 (15oz.) dós grænar baunir, tæmd og skoluð
- 1 (16oz) dós sneiddir tómatar
- 1 (10oz.) dós sveppa-/kjúklingasúpa
- 1/2 bolli mjólk

LEIÐBEININGAR :

b) Forhitið ofn 350F .

c) Blandið öllum hráefnum saman í smurt eldfast mót

d) Bakið í 20-25 mínútur í örbylgjuofni við 50% afl í 15-30 mínútur, snúið eftir þörfum. Berið fram heitt.

82. <u>Sveppir og kjúklinga risotto</u>

HRÁEFNI

- 2 matskeiðar smjör
- 1/2 pund sveppir, skornir í þunnar sneiðar
- 2/3 pund beinlausar, roðlausar kjúklingabringur (um 2) skornar í 1/2 tommu bita
- 1 tsk salt
- 1/4 tsk nýmalaður svartur pipar
- 5 1/2 bollar niðursoðinn lágt natríum kjúklingasoð
- 1 matskeið matarolía
- 1/2 bolli saxaður laukur
- 1 1/2 bolli Arborio hrísgrjón
- 1/2 bolli þurrt hvítvín
- 1/2 bolli rifinn parmesanostur, auk meira til að bera fram
- 2 matskeiðar saxuð fersk steinselja

LEIÐBEININGAR

a) Í stórum potti, hitið smjörið yfir meðalhita. Bætið sveppunum út í. Eldið, hrærið oft þar til sveppirnir eru brúnir, um það bil 5 mínútur. Bætið kjúklingnum út í, 1/4 teskeið af salti og pipar.

b) Eldið þar til kjúklingurinn er bara tilbúinn, 3 til 4 mínútur. Takið blönduna af pönnunni. Í meðalstórum potti er soðið látið sjóða.

c) Hitið olíuna í stóra pottinum yfir miðlungs lágan hita. Bætið lauknum út í og eldið, hrærið af og til, þar til hann er hálfgagnsær, um það bil 5 mínútur. Bætið hrísgrjónunum út í og hrærið þar til þau eru farin að verða ógegnsæ um það bil 2 mínútur.

d) Bætið víninu og 3/4 teskeið af salti við hrísgrjónin. Eldið, hrærið oft þar til allt vínið hefur verið frásogast. Bætið um 1/2 bolla af soðinu og eldið, hrærið oft, þar til það hefur verið frásogast. Hrísgrjónin og seyðið eiga að bóla varlega, stillið hitann eftir þörfum. Haltu áfram að elda hrísgrjónin og bæta við seyði 1/2 bolli í einu og leyfa hrísgrjónunum að gleypa þau áður en þú bætir við næsta 1/2 bolla. Eldið hrísgrjónin á þennan hátt þar til þau eru mjúk, alls 25-30 mínútur.

e) Hrærið kjúklingnum og sveppunum, parmesan og steinseljunni saman við og hitið í gegn. Berið risottoið fram með viðbótar parmesan.

83. Hnetukenndur kjúklingaréttur

Afrakstur: 6 skammtar

Hráefni

- 3 heilar kjúklingabringur; helmingaður, úrbeinaður og húðaður
- 1 bolli ósoðin hrísgrjón
- 2 bollar kjúklingasoð
- 2 matskeiðar Smjör eða smjörlíki
- ½ bolli Möndlur úr rifnum
- 1 dós Sveppir í sneiðum; 4 únsur. tæmd
- 1 bolli Venjuleg jógúrt paprika

LEIÐBEININGAR

a) Settu kjúklingabringur í 8 tommu fermetra fat, með þykkari skömmtum við ytri brún fatsins.

b) Hyljið með vaxpappír. Örbylgjuofn við miðlungs hátt (70%) þar til það er meyrt, 8 til 9 mínútur. Setja til hliðar. Blandið saman hrísgrjónum og kjúklingasoði í meðalstórri skál.

c) Hyljið með plastfilmu. Hitið í örbylgjuofn (100%) þar til hrísgrjónin eru mjúk, 15 til 1 7 mínútur, hrærið tvisvar á meðan á eldunartímanum stendur. Setjið smjör í aflangt eldfast mót. Örbylgjuofn á háu (100%) þar til bráðnar, 30 til 45 sekúndur. Bæta við möndlum, henda til að hjúpa.

d) Örbylgjuofn á hátt (100%) þar til það er léttbrúnt, 1 til 2 mínútur. Hrærið hrísgrjónum og sveppum saman við. Setjið kjúkling ofan á hrísgrjón. Hyljið með plastfilmu.

e) Örbylgjuofn við miðlungs hátt (70%) þar til það er hitað í gegn, 4 til 5 mínútur.

f) Afhjúpaðu, skeiðaðu jógúrt yfir kjúklingabringur. Stráið papriku yfir og örbylgjuofn við miðlungs hátt (70%) 1 mínútu. Gerir 6 skammta.

84. Rjómalöguð kjúklinganúðlupott í einum potti

Afrakstur: 4 skammtar

Hráefni

- 1 tsk jurtaolía
- 1 Laukur, saxaður
- 2 hvítlauksrif, söxuð
- ¾ teskeið Salt
- ¾ tsk pipar
- ¾ teskeið Þurrkað timjan
- 1 pund Litlir ferskir sveppir, helmingaðir
- 1 pund kjúklingabringur, beinlausar, roðlausar
- ½ bolli kjúklingakraftur
- 2 matskeiðar maíssterkju
- 12 aura niðursoðin 2% uppgufuð mjólk
- 6 aura niðursoðin 2% uppgufuð mjólk
- 5 bollar Breiðar eggjanúðlur
- 1 bolli Frosnar baunir

- 1 matskeið Dijon sinnep

LEIÐBEININGAR

a) Í stórri nonstick pönnu, hita olíu yfir miðlungshita; eldið lauk, hvítlauk, salt, pipar og timjan, hrærið í, í um það bil 5 mínútur eða þar til laukurinn er orðinn mjúkur. Bæta við sveppum; eldið við háan hita, hrærið í, í um það bil 5 mínútur eða þar til brúnað.

b) Á meðan, skera kjúkling í hæfilega stóra bita; hrærið í pönnu. Eldið, hrærið, í um það bil 4 mínútur eða þar til það er ekki lengur bleikt að innan. Skafið kjúklingablöndu í skál; setja til hliðar.

c) Í lítilli skál, þeytið saman krafti og maíssterkju; hella í pönnu ásamt báðum dósum gufað mjólk. Eldið við meðalhita, hrærið, í um. Á meðan, í stórum potti af sjóðandi saltvatni, eldið núðlur í um það bil 5 mínútur eða þar til þær eru næstum mjúkar.

d) Tæmdu vel; aftur í pottinn. Bæta við frátekinni kjúklingablöndu, mjólkursósu, ertum og sinnepi; hrærið varlega til að húða núðlur.

e) Hellið í smurt 8 tommu fermetra eldfast mót. hylja með smurðri filmu; bakað í 375F 190C ofni í um það bil 30 mínútur eða þar til það er hitað í gegn.

f) Berið fram með rósakáli og rifnu gulrótarsalati.

85. Grillkjúklingur í potti

Afrakstur: 4 skammtar

Hráefni

- 3 pund kjúklingur, niðurskorinn
- ⅓ bolli hveiti
- 2 tsk Salt
- ⅓ bolli Olía
- ½ bolli laukur, skorinn í bita
- ½ bolli sellerí, skorið í teninga
- ½ bolli græn paprika, skorin í teninga
- 1 bolli Catsup
- 1 bolli Coca-Cola klassískt
- 2 matskeiðar Worcestershire sósa
- 1 matskeið Salt
- ½ tsk salt, hickory reykt
- ½ tsk Basil lauf
- ½ tsk Chili duft
- ⅛ teskeið pipar

LEIÐBEININGAR

a) Skolaðu kjúklinginn og þurrkaðu hann. Blandið saman hveitinu og 2 tsk af salti í skál. Húðaðu bitana með hveitiblöndunni. Hitið olíuna á pönnu. Brúnið kjúklinginn allar hliðar.

b) Fjarlægðu brúnaða kjúklinginn og settu í 3 lítra pott. Fleygðu dropunum.

c) Blandið saman restinni af hráefnunum í skál og blandið vel saman. Hellið sósu yfir kjúklinginn og passið að allir bitarnir séu þaktir.

d) Lokið pottrétti.

e) Bakið í forhituðum, 350 gráður F ofni í um það bil $1-\frac{1}{4}$ klukkustund, eða þar til kjúklingurinn er gaffalmeinn. Ef vill, berið kjúklinginn fram með sósunni yfir heitum hrísgrjónum. Gerir 4 til 6 skammta með um það bil 3 bollum af sósu.

86. <u>Kjúklingur sýrður rjómi pottur</u>

Afrakstur: 4 skammtar

Hráefni

- 1 pakki maísbrauðsfylling
- 1 dós Kjúklingasúpa
- ¼ pund smjör
- ½ pint sýrður rjómi
- 4 kjúklingabringur; úrbeinað og soðið
- 1½ bolli kjúklingasoð

LEIÐBEININGAR

a) Bræðið smjör og blandið saman við fyllinguna. Blandið sýrðum rjóma og rjóma af kjúklingasúpu saman við og blandið kjúklingnum saman við.

b) Dreifið ½ af fyllingarblöndunni á botninn á 13x9 pönnu. Dreifið allri kjúklingablöndunni yfir fyllinguna.

c) Toppið með restinni af fyllingunni. Hellið soðinu yfir allt.

d) Bakið við 350 í 35 mínútur.

KJÚKLINGA KARRÝ

87. Kjúklingur kókos karrý

Þjónar: 4

HRÁEFNI :

- 3 matskeiðar kókosolía, skipt
- 1 pund beinlaust og roðlaust kjúklingalæri, skorið í 1 tommu
- stykki
- Salt og svartur pipar eftir smekk
- ½ meðalgulur laukur, saxaður
- 3 hvítlauksrif, söxuð
- 2 matskeiðar hakkað engifer
- 3 matskeiðar rautt karrýmauk
- 2 tsk gult karrýduft
- 2 tsk kóríanderduft
- 1 stór rauð paprika, fræhreinsuð og skorin í sneiðar
- 1 (14 oz.) dós fullfeiti kókosmjólk
- 2 matskeiðar púðursykur
- 2 tsk fiskisósa, valfrjálst
- 1 msk ferskur lime safi

- ¼ bolli hakkað ferskt kóríander

LEIÐBEININGAR

a) Bræðið helminginn af kókosolíu í miðlungs potti við meðalhita.

b) Kryddið kjúklinginn með salti og svörtum pipar. Eldið í olíu á báðum hliðum í 6 mínútur eða þar til ljósgulbrúnt. Fjarlægðu kjúklinginn á a disk og setjið til hliðar.

c) Hitið afganginn af kókosolíu í potti og steikið lauk, hvítlauk og engifer í 3 mínútur eða þar til þær eru mjúkar og ilmandi.

d) Kryddið með karrýmauki og dufti og kóríanderdufti; blanda í papriku, kjúkling og elda í 4 mínútur eða þar til papriku er útboð.

e) Bætið við kókosmjólk, púðursykri, fiskisósu og látið malla í 7 til 10 mínútur. Stillið bragðið með salti ef þarf.

f) Blandið limesafa út í og slökkvið á hitanum. Skreytið með kóríander og berið fram karrý heitt.

88. <u>Karríðar kalkúnabringur</u>

HRÁEFNI
- 1 matskeið salt
- 1 matskeið paprika
- 1 matskeið púðursykur
- 1 matskeið alifuglakrydd
- 1 matskeið pipar
- 1 matskeið malað kúmen
- 2 matskeiðar karrýduft, milt
- 1 matskeið timjan
- 1 3 til 5 punda kalkúnabringa

LEIÐBEININGAR
a) Hitið olíuna í steikingarvél eða hollenskum ofni í 350°F.
b) Í lítilli skál, blandið öllum nuddinu hráefninu saman og hrærið til að blandast alveg. Nuddaðu nuddblöndunni varlega inn í kalkúnabringuna og hylur alla fleti. Látið það hvíla við stofuhita í 1 til 2 klukkustundir.
c) Setjið kalkúninn í djúpsteikingarkörfu og lækkið fuglinn hægt niður í olíuna með töng eða steikingarkörfu.
d) Brjóst ættu að elda í 7 mínútur á hvert pund af kjöti og bæta við 5 mínútum til að fá heildar eldunartíma. (3 pund af kalkúnabringum X 7 mínútur á hvert pund = 21 mínútur + 5 mínútur til viðbótar = 26 mínútur alls eldunartími).
e) Þegar eldunartímanum er lokið skaltu slökkva á gasinu og fjarlægja bringuna hægt og rólega til að forðast að hella niður olíunni. Notaðu töng eða kalkúnalyftara til að fjarlægja fuglinn ef þú eldaðir hann í hollenskum ofni. Látið bringuna sitja í 10 mínútur þakið filmu.
f) Kælið og berið fram.
g) Fyrir 6-8

89. **Tælenskt grænt karrý**

HRÁEFNI

- 2 kjúklingabringur
- 1 dós kókosmjólk, eða fitulítil kókosmjólk
- 1 Laukur
- 1 eggaldin
- 1 Saxað grænt chili Thai Green Curry Paste

LEIÐBEININGAR

a) Til að búa til karrýið, eldið maukið í stórri non-stick wok eða stórri pönnu við vægan hita, í 5 mínútur. Skerið kjúklinginn í strimla og bætið á pönnuna með söxuðum lauknum. Eldið í 5--8 mínútur eða þar til það er ekki lengur bleikt. Bætið eggaldininu saman við.

b) Hrærið kókosmjólkinni út í og látið malla í um 10 mínútur eða þar til kjúklingurinn er eldaður í gegn. Stráið chili yfir og berið fram með hrísgrjónum

90. **Kókos karrý núðlusúpa með kjúklingi**

HRÁEFNI

- 1 matskeið gult eða rautt karrýmauk
- 1 msk fiskisósa
- 1 tsk sykur eða hlynsíróp
- 2 hvítlauksgeirar, saxaðir
- 1 msk skalottlaukur, saxaður
- 3 bollar Zesty Ginger and Turmeric Creamy Sooth
- 1 bolli ósykraðan kókosmjólkurdrykkur
- 2 baby bok choy, skorin í tvennt eftir endilöngu
- 2 kjúklingalæri, skorin í litla bita
- 1/2 pakki hrísgrjónanúðlur
- 1 lime, skorið í báta
- kóríander til skrauts

LEIÐBEININGAR

a) Byrjaðu á því að leggja hrísgrjónanúðlurnar þínar í bleyti í volgu vatni í 10 mínútur.

b) Í stórum potti, hitið á miðlungs hátt með smá olíu. Bætið hvítlauknum, skalottlauknum saman við og hrærið í í eina mínútu þar til ilmandi. Bætið karrýmaukinu út í og eldið í eina mínútu til að rista upp kryddin. Hellið Pacific Foods Zesty Ginger og Turmeric Creamy Plant-Based soyinu út í og kókosmjólk. Látið suðuna koma upp og látið krauma.

c) Á annarri pönnu, látið það ná miðlungs háum hita og bæta við smá olíu. Brúnið bok choyið fljótt þar til það er örlítið kulnað og færið yfir á disk. Á sömu pönnu, bætið kjúklingnum (eða tófúinu), kryddið með salti og pipar og hrærið þar til hann er alveg eldaður í gegn. Bætið þessu í súpupottinn og látið malla við vægan hita í 10-15 mínútur í viðbót.

d) Þegar þú ert tilbúinn til að bera fram skaltu tæma hrísgrjónanúðlurnar sem eru að liggja í bleyti og sjóða sérstaklega í öðrum potti af sjóðandi vatni samkvæmt leiðbeiningum á pakkanum. Bætið soðnum núðlum í stóra skál, hellið smá af súpunni ofan á núðlurnar, bætið við bok choy, kreistu af lime og skreytið með kóríander ofan á. Njóttu!

91. Thai Kókos Ramen súpa

HRÁEFNI

- 2 matskeiðar ólífuolía
- 1 bolli sneiddir sveppir
- ½ bolli rauð paprika í sneiðum
- 3 hvítlauksrif
- 1 matskeið tælenskt rautt karrýmauk
- 1 kjúklingabringa, skorin í sneiðar
- 4 bollar kjúklingasoð
- 1 bolli kókosmjólk
- 1 msk fiskisósa
- 1 matskeið púðursykur
- 1 sítrónugrasstöngull
- 2 kaffir lime lauf
- Bok Choy / spínat / grænmeti
- Lime safi
- Cilantro
- Grænn laukur

LEIÐBEININGAR

a) Bætið ólífuolíu í pott og látið hana heita. Bætið niðursneiddum kjúklingi út í og kryddið með salti og pipar. steikið í 5 mínútur þar til það er eldað í gegn.

b) Takið af hitanum. Bætið öðru skvetti af ólífuolíu út í og bætið sítrónugrasinu út í. Bætið sveppum, papriku, hvítlauk út í og steikið í 3 mínútur. Bætið rauðu karrýmauki út í og blandið vel saman.

c) Bætið við kókosmjólk, kjúklingasoði, fiskisósu, púðursykri og kaffir lime laufum. Þú getur fundið þurrkuð lauf í sérgrein Asíu ef þú finnur ekki fersk lauf (venjulega fáanleg í asískum matvöruverslunum).

d) Látið soðið malla í 20 mínútur og bætið svo kjúklingnum aftur út í. Rétt áður en það er borið fram, bætið núðlum við og látið suðuna koma upp og bætið kreistu af lime og bok choy út í og slökkvið á hitanum. Þú vilt að bok choy haldi enn marrinu sínu annars verður hann ofurvatnsríkur. Hellið út í skál með núðlum og njótið.

e) Toppið með kóríander og grænum lauk og annarri kreistu af lime ef þér líkar það tert.

92. <u>Víetnamskt kjúklingakarrí</u>

HRÁEFNI :

- 1 pund kjúklingalæri
- 1 pund kjúklingalundir
- 1 msk madras karrý
- 1 tsk laukduft
- 1 tsk hvítlauksduft
- 1 tsk kosher salt
- Nýsprunginn pipar
- 1 laukur, saxaður
- 3-4 hvítlauksrif, söxuð
- 2 stilkar af sítrónugrasi skornir í 2 tommu bita.
- 1 msk engifer, hakkað
- 2 matskeiðar fiskisósa
- 1 msk sykur
- 3 matskeiðar madras karrý
- 1 bolli kjúklingasoð
- 1 dós kókosmjólk

- 3 gulrætur, skornar í 1 tommu bita
- 4-5 Yukon gull kartöflur, skornar í 1 tommu bita

LEIÐBEININGAR

a) Til að marinera kjúklinginn: Bætið kjúklingnum í skálina og marinerið með 1 msk madras karrý, laukdufti, hvítlauksdufti og kosher salti. Látið marinerast í að minnsta kosti 15 mínútur á meðan restin af hráefnunum er útbúin.

b) Á Instant Pot, ýttu á sauté hnappinn og stilltu að "meira" stillingunni. Látið heita.

c) Bætið við ólífuolíu og bætið niðursneiddum lauk og eldið í nokkrar mínútur til að brúna laukinn. Bæta við engifer, hvítlauk. Blandið vel saman við kjötið. Bætið restinni af hráefninu út í og aðeins helminginn af kókosmjólkinni.

d) Lokaðu og ýttu á kjöt- / plokkfiskhnappinn og tímiðu það í 20 mínútur.

e) Þegar instant potturinn er búinn, loftræstið eða látið hann minnka þrýstinginn á náttúrulegan hátt, takið síðan lokið af og hellið restinni af kókosmjólkinni út í.

f) Kryddið með salti eftir smekk. Berið fram með frönsku baguette. Njóttu!

93. <u>Tælenskur kókos karrý kjúklingur</u>

Þjónar 4

HRÁEFNI :

- 1 matskeið kókosolía
- 3 lífrænar lausar kjúklingabringur, skornar í hæfilega stóra bita
- 1 lítill laukur, saxaður
- 2 hvítlauksgeirar, saxaðir
- 14 aura geta kókosmjólk
- 2 matskeiðar gult karrýduft
- 2 meðalstórir kúrbítar, saxaðir
- 4 meðalstórar gulrætur, saxaðar
- 2 paprikur, saxaðar
- 1 bolli sveppir
- Valfrjálst: rauðar linsubaunir eða brún hrísgrjón

LEIÐBEININGAR :

a) Hitið kókosolíuna yfir meðalhita í stórri pönnu og bætið kjúklingnum, lauknum og hvítlauknum saman við.

b) Bætið kókosmjólkinni og karrýduftinu út í þegar kjúklingurinn er næstum eldaður í gegn. Eldið í 2 mínútur við lágan hita.

c) Bætið kúrbítnum, gulrótunum og paprikunni út í og haltu áfram að elda í 5-10 mínútur í viðbót.

d) Bætið sveppunum út í þegar hitt grænmetið er næstum búið að elda.

e) Látið malla í aðrar 2 mínútur.

f) Berið fram yfir soðnar rauðar linsubaunir eða brún hrísgrjón.

94. **Kolvetnasnautt kjúklingakarrí**

GERÐIR: 3

HEILDARTÍMI : 20-25 mínútur

HRÁEFNI

- 2 matskeiðar Kókosolía
- 5 tommu engifer
- 1 meðalstór grænn chili
- 2 litlir skallottarlaukar
- 2 hvítlauksgeirar
- 2 tsk túrmerikduft
- 1 stilkur sítrónugras
- 1/2 bolli Kókosmjólk
- 1/2 bolli Vatn
- 6 litlar kjúklingastangir
- 1/2 tsk salt
- 1 msk Cilantro, saxað

LEIÐBEININGAR

g) Maukið engifer, grænt chili , skalottlauka og hvítlauksgeira í stöpli og mortéli eða blandara.

h) Hitið kókosolíu á meðalháum hita og bætið muldu hráefnunum saman við . Kíkið í 3 mínútur.

i) Bætið við túrmerikdufti og möluðu sítrónugrasi.

j) Blandið kjúklingnum saman við.

k) Bætið við kókosmjólkinni og vatni. Kryddið með salti og látið malla í um 20 mínútur.

l) Berið fram með strái af Cilantro!

ÚFJA OG SMOKUR

95. <u>Miðjarðarhafsvafning með kjúklingi</u>

HRÁEFNI

- 1 stórt blað af smjörsalati
- 2 matskeiðar af hummus
- 1/2 bolli baunaspíra
- 2 aura (þ.e. hálfur bolli) af söxuðum, soðnum kjúklingabringum
- 1 teskeið af za'atar eða sesamfræjum

LEIÐBEININGAR

a) Útbúið salatið. Setjið salatblaðið þannig að rifið sé lárétt. Ef þú átt ekki nógu stórt laufblað geturðu alltaf límt tvo bita af smjörsalati saman við smá hummus. Settu einfaldlega þunnt lag af hummus á brún eins salatstykkis og settu svo annan salatbitann ofan á og þrýstu niður.

b) Dreifið hummusinum yfir. Byrjaðu á því að dreifa hummusinu jafnt yfir neðsta þriðjung salatblaðsins. Þú vilt dreifa því í sléttu lagi, frekar en bara stórri dollu. Þú ættir að hafa tveggja tommu ramma utan um blaðið.

c) Settu umbúðirnar saman. Setjið soðnu, sneidda kjúklingabringuna í miðjuna á umbúðunum. Bætið síðan spírunum út í. Dreifið za-atarnum jafnt yfir allt hráefnið.

Rúllaðu síðan umbúðirnar upp. Byrjaðu á því að brjóta hliðarnar inn að miðju.

d) Rúllaðu því síðan upp lárétt, rúllaðu því upp frá þér eins og þú værir að búa til burrito.

e) Þú getur annað hvort notið þess strax eða pakkað því inn í plastfilmu og geymt í kæli.

96. **Kjúklingur Sushi hamborgari**

Skammtar: 2

HRÁEFNI

SUSHI RÍS

- 1 bolli af sushi hrísgrjónum 8oz., þvegið
- 1 bolli af köldu vatni
- ¼ bolli svört sesamfræ valfrjálst
- Sushi krydd
- ¼ bolli mirin
- ¼ bolli hrísgrjónavínsedik
- ¼ bolli hvítur sykur
- 1 msk salt

KJÚKLINGUR

- 1 kjúklingabringa
- 1 egg
- Skvetta af mjólk
- Salt
- Panko mola

- Olía til grunnsteikingar

- Kjúklingamarinade

- 1 msk sojasósa

- 1 msk hrísgrjónavínsedik

- 1 tsk hvítlauksduft

- Minnkaðu 1/2 tsk cayenne pipar ef þér finnst hann minna kryddaður

- 1 msk púðursykur

KRYDDI TÓMATSÓSA

- ½ bolli tómatsósa

- 2 matskeiðar mirin

- 1 tsk muldar chiliflögur

- 1 msk Worcestershire sósa

- Skvetta af vatni

- Asísk vorlaukseggjakaka

- 2 egg

- 2 matskeiðar mjólk

- Ríkuleg skvetta af fiskisósu eða sojasósu

- 3 vorlaukar þunnar sneiðar

AÐ ÞJÓNA

- Kewpie
- Majónesi
- Furikake krydd

LEIÐBEININGAR

SUSHI hrísgrjónabollur

a) Setjið allt hráefnið í lítinn pott og hitið á meðalhita. Hrærið til að tryggja að sykurinn og saltið leysist upp. Þegar það er komið að léttum suðu skaltu taka af hellunni og setja til hliðar.

b) Látið þvo hrísgrjónin þorna í sigti eða sigti í um 5-10 mínútur. Settu hrísgrjónin og vatnið í hrísgrjónahellu og leyfðu því að elda samkvæmt leiðbeiningum framleiðanda. Haltu hrísgrjónunum heitum þar til þau eru tilbúin til notkunar.

c) Þegar þú ert tilbúinn að búa til sushi-borgarana skaltu dreifa hrísgrjónunum í stærri skál eða ílát.

d) Stráið ¼ bolla af svörtum sesamfræjum ofan á. Hafðu blautan klút við höndina.

e) Mældu u.þ.b. 1/4 bolla af sushikryddinu og stráðu ofan á hrísgrjónin og notaðu breiða skeið (eins og hrísgrjónaspaði) „hakkaðu" og brjótaðu hrísgrjónin létt saman, passaðu að kreista ekki eða brjóta hrísgrjónin.

f) Skiptið hrísgrjónunum gróflega í 4 jafna hluta.

g) Að móta sushi "bollur" í höndunum - með blautum höndum mótaðu hvern skammt í hamborgarabollu. Geymið þær á diski sem er þakinn blautum klútnum.

h) Mótaðu sushi "bollur" með eggjahring - settu blauta eggjahringi á smjörpappír og settu einn skammt af hrísgrjónum í eggjahringinn. Notaðu blauta skeið til að þrýsta hrísgrjónunum inn í eggjahringina þar til þau mynda þétt mótað hrísgrjón "bolla".

i) Penslið smá olíu á lítilli steikarpönnu og steikið aðeins aðra hliðina á hverri hrísgrjónabollu í um það bil 3 - 5 mínútur á miðlungshita, eða þar til hún byrjar að karamellisera aðeins. Setjið til hliðar og hafðu þakið blautum klút.

KJÚKLINGUR

j) Fiðrildið kjúklingabringuna og skerið hana í tvennt þannig að þið hafið 2 þunnar (1 cm þunn) kjúklingabringur. Eða þú getur notað kjöthamar til að stinga kjúklingalæri í þunn flök.

k) Bætið marineringunni Hráefni í skál og bætið kjúklingaflökum saman við og látið marinerast í nokkrar klukkustundir (má sleppa).

l) Setjið eggin, rjómann, saltið og þeytið saman í skál. Dýptu kjúklingnum í eggþvottinn og hjúpaðu hann alveg. Húðaðu síðan með panko panko molunum. Setjið til hliðar þar til tilbúið til steikingar.

m) Hitið olíu á pönnu við meðalháan hita til að grunnsteikja kjúklingakótilettur. Þegar olían er hituð (um 350°F), setjið brauðaða kjúklingakótilettu varlega (ekki of fjölmenna pönnuna) og steikið hana í 4 mínútur á hvorri hlið þar til hún er gullinbrún og í gegn (minn tók 4 mínútur á hvorri hlið). Settu það á tæmandi grind til að tæma olíuna. Þú getur haldið því heitu í ofninum þar til þú þarft.

KRYDDA KETCHUP SÓSA

n) Setjið allt hráefnið í litla pönnu. Látið innihaldsefnin sjóða við meðalhita á meðan hrært er saman. Setjið til hliðar til að kólna. Ef það er of þykkt skaltu bæta við skvettu af vatni.

o) Asísk vorlaukseggjakaka

p) Þeytið egg, rjóma og fiskisósu í skál.

q) Setjið tvo eggjahringa á pönnu sem festist ekki og hitið á meðalhita. Spreyið eggjahringana með olíuspreyi til að koma í veg fyrir að eggin festist.

r) Skiptið eggjablöndunni á milli hringanna tveggja. Bætið vorlauk ofan á eggjakökuna og látið malla þar til eggin hafa stífnað.

s) Ef þú átt ekki eggjahringa, búðu þá til 1 eggjaköku í einu á lítilli pönnu, stráið vorlauk yfir og brjótið saman einu sinni til að búa til minni eggjaköku sem passa við hamborgarann.

SAMSETNING SUSHI HAMMORGARA

t) Skerið brauðuðu kjúklingakótilettur í sneiðar.

u) Penslið sushi hrísgrjónabolluna með sterkri tómatsósu (Tonkatsu sósu). Settu niðursneidda kjúklinginn á hrísgrjónabolluna. Setjið kryddaða tómatsósu (eða Tonkatsu sósu) ofan á kjúklinginn.

v) Setjið eggjakökuna ofan á og síðan kewpie eða majónesi. Toppið með annarri sushi hrísgrjónabollu. Njóttu!

97. <u>Pólýnesískar kjúklingasamlokur</u>

Afrakstur: 1 skammtur

Hráefni

- 8 aura Dós ananas sneiðar
- Ótæmdur
- ¼ bolli Plus
- 1 matskeið majónes
- ¼ tsk Malað engifer
- ¼ bolli Teriyaki sósa
- 2 kjúklingabringur helmingar,
- Húðaður og úrbeinaður
- 4 sneiðar svissneskur ostur
- 4 3/4"-þykkt skorið áská
- Franska brauðsneiðar
- 1 bolli Alfalfa spíra

LEIÐBEININGAR

a) Tæmdu ananas, geymdu safa; setja til hliðar. Sameina 2 teskeiðar frátekinn ananassafa, majónesi og engifer; hrærið vel.

b) Lokið og kælið.

c) Blandið því sem eftir er af ananassafa og teriyaki sósu saman í grunnt fat til hliðar. Settu hverja kjúklingabringu á milli 2 blaða af vaxpappír og flettu út í $\frac{1}{4}$ tommu þykkt með því að nota kjöthamra eða kökukefli. Skerið hverja bringu í tvennt; bætið við teriyaki sósublönduna, snúið einu sinni til að hjúpa.

d) Lokið og látið marinerast í 2 til 4 klukkustundir í kæli.

e) Fjarlægðu kjúkling; varamarinering.

f) Steikið kjúkling 5 tommur frá hita, 2 mínútur á hvorri hlið, bastið einu sinni með frátekinni marinade. Toppið hvern kjúklingabita með ostasneið og ananas; steikið þar til osturinn bráðnar.

g) Setjið kjúkling á brauð; dreifið hverri opinni samloku með kryddaðu majónesiblöndunni og toppið hverja með $\frac{1}{4}$ bolla spíra.

98. Tandoori kjúklingasamlokur

Afrakstur: 6 skammtar

Hráefni

- 6 Roðlausir beinlausir kjúklingabringur helmingar
- 2 matskeiðar ferskur sítrónusafi
- 1 bolli Venjuleg jógúrt
- 2 matskeiðar Saxað ferskt engifer
- 2 hvítlauksgeirar, saxaðir MEÐ
- ½ tsk Malað kúmen
- ½ tsk Malað kóríander
- ¼ tsk Cayenne pipar
- ¼ tsk túrmerik
- 12 sneiðar súrdeigsbrauð
- Indverskt kryddmajónes

LEIÐBEININGAR

a) Raðið beinlausum kjúklingabringum í einu lagi í stórt glerofnform. Stráið ferskum sítrónusafa yfir; kryddið með salti.

b) Blandið venjulegri jógúrt, söxuðu fersku engifer, söxuðum hvítlauk, möluðu kúmeni, möluðu kóríander, cayenne pipar og túrmerik í meðalstóra skál. Hellið jógúrtmarineringu yfir kjúklingabringur og snúið við. Lokið kjúklingnum og kælið í 3 til 8 klukkustundir.

c) Undirbúið grillið (miðlungs-hár hiti) eða forhitið grillið. Fjarlægðu kjúklingabringurnar úr marineringunni (ekki þurrka af). Grillið eða steikið kjúklinginn þar til hann er rétt eldaður í gegn, um það bil 5 mínútur á hlið. Kælið aðeins.

d) Ristið létt (eða grillið) súrdeigsbrauð. Smyrjið 1 hlið af hverju brauði ríkulega með indverskt kryddmajónesi.

e) Skerið kjúklingabringur á ská. Settu sneiðar af 1 bringu ofan á hverja af 6 súrdeigsbrauðssneiðum. Toppið með brauðsneiðunum sem eftir eru.

f) Skerið kjúklingasamlokur í tvennt.

g) Berið fram samlokur heitar eða við stofuhita.

99. Waldorf kjúklingasamloka

Afrakstur: 3 skammtar

Hráefni

- 1 dós Underwood Chunky kjúklingaálegg (4 1/2 oz.)
- 1 pakki Rjómaostur, mildaður (3oz)
- $\frac{1}{2}$ meðalstórt epli, smátt saxað
- 2 matskeiðar rúsínur
- 1 Sellerístilkur, smátt saxaður
- 6 sneiðar Heilkornabrauð

LEIÐBEININGAR

a) Í miðlungs skál, sameina öll hráefni; blandið vel saman. Lokið og kælið í 1 klst.

b) Berið fram á heilkornabrauði.

100. <u>Gúrku kjúklingapítu samlokur</u>

Afrakstur: 4 skammtar

Hráefni

- ½ bolli hrein jógúrt
- ¼ bolli agúrka; smátt saxað
- ½ tsk Þurrkað dill illgresi
- ¼ teskeið Þurrkuð mynta
- 4 stór pítubrauð
- 4 salatblöð
- 6 aura Þunnt sneiðar fullsoðnar kjúklingabringur
- 1 tómatur; þunnt sneið
- ⅓ bolli fetaostur; molnaði

LEIÐBEININGAR

a) Gerðu fyrst dressingu: Hrærið saman jógúrt, agúrku, dillgresi og myntu í lítilli skál.

b) Fyrir hverja samloku: setjið pítuhring á disk. Toppið með salati, kjúklingi og tómötum. Skeið dressing ofan á. Stráið fetaosti yfir.

c) Rúllið hverri pítu upp og festið með tannstönglum eða vefjið inn í álpappír. Berið fram strax.

NIÐURSTAÐA

Kjúklingabringur, læri eða jafnvel heill fugl eiga sér stað á eldhúsborðinu okkar. Því miður getur það þýtt að falla allt of auðveldlega í kvöldmatarbrölt fyrir okkar smekk. Fáðu innblástur með þessum 100 kvöldverðaruppskriftum - þú munt örugglega finna nýtt uppáhald á vikukvöldum.

www.ingramcontent.com/pod-product-compliance
Lightning Source LLC
Chambersburg PA
CBHW070640120526
44590CB00013BA/804